आधुनिक भारत

TM

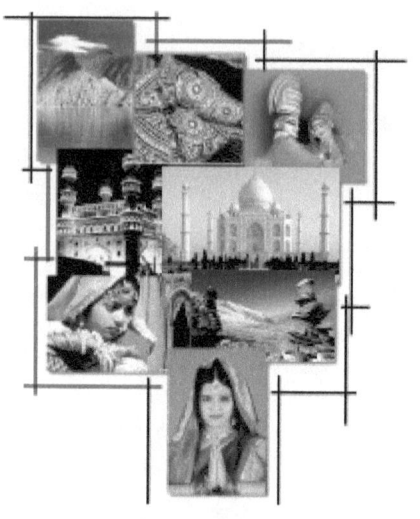

आपला
भारत २५

आधुनिक भारत

राजा मंगळवेढेकर

दिलीपराज प्रकाशन प्रा. लि.™

२५१ क, शनिवार पेठ, पुणे - ४११०३०.

आधुनिक भारत
Aadhunik Bharat

लेखक : राजा मंगळवेढेकर

ISBN : 978 - 93 - 5117 - 004 - 4

प्रकाशक । राजीव दत्तात्रय बर्वे । मॅनेजिंग डायरेक्टर
दिलीपराज प्रकाशन प्रा. लि. । २५१ क, शनिवार पेठ । पुणे ४११०३०.
दूरध्वनी क्रमांक (फॅक्ससहित)
२४४७१७२३ । २४४८३९९५ । २४४९५३१४

मुद्रक । रेप्रो इंडिया लिमिटेड, मुंबई

सुधारित आधुनिक आवृत्ती । १५ जून २०१५
(मे २०१५ पर्यंतच्या माहितीसह)

प्रकाशन क्रमांक । २१६३

अक्षरजुळणी । सौ. मधुमिता राजीव बर्वे
पितृछाया मुद्रणालय । ९०९, रविवार पेठ । पुणे ४११००२.

मुद्रितशोधन । सुभाष फडके

मुखपृष्ठ । सागर नेने

भिन्नतेत या अभिन्न

भिन्नतेत या अभिन्न आज गाऊ आरती

लक्ष हस्त, लक्ष पाद, हृदय एक भारती

भिन्न वेष, भिन्न भाष, भिन्न धर्मरीती

भिन्न जात, भिन्न पंथ, तरीही एक संस्कृती ।।१।।

भिन्न रंग, भिन्न ढंग, भिन्न भाव आकृती

भिन्न छंद, भिन्न बंध, आगळी कलाकृती ।

भिन्न वाणी, भिन्न गाणी, अर्थ एक वाहती

भिन्न शौर्य, भिन्न धैर्य, घोष एक गर्जती ।।२।।

भिन्न भवन, भिन्न हवन, भिन्न क्षेत्र मानिती

लहर लहर भिन्न तरी, एक गगन-माती ।

भिन्न तार, ताल तरी, एक मधुर झंकृती

कमलपुष्प हासते पाकळ्यांतुनी किती ।।३।।

-राजा मंगळवेढेकर

अनुक्रमणिका

१. आधुनिक भारताचे थोडक्यात दर्शन

भारतीय गणराज्य हा दक्षिण अशिया खंडातील देश क्षेत्रफळाच्या दृष्टीने जगात सातव्या क्रमांकावर, तर लोकसंख्येच्या दृष्टीने दुसऱ्या क्रमांकावर आहे. १२१ कोटी लोकसंख्या असलेला हा देश जगातील सर्वांत मोठी लोकशाही असलेला देश आहे. भारताच्या दक्षिणेला हिंदी महासागर आहे, नैऋत्येला (दक्षिण-पश्चिम) अरबी समुद्र आहे व अग्नेयेला (दक्षिण-पूर्व) बंगालचा उपसागर आहे. पश्चिमेला पाकिस्तान, ईशान्येला (उत्तर-पूर्व) चीन, नेपाळ आणि भूतान तर पूर्वेला बांगलादेश आणि म्यांनमार (पूर्वीचे नाव ब्रह्मदेश) ही भारताची सीमावर्ती राष्ट्रे आहेत. हिंदी महासागरात भारताचे निकटतम शेजारी म्हणजे श्रीलंका व मालदीव ही राष्ट्रे. या व्यतिरिक्त भारतातील अंदमान व निकोबार बेटांची सागरी सीमा थायलंड व इंडोनेशिया या देशांच्या सागरी सीमांना लागून आहे. भारताचे सर्वांत दक्षिणेकडील टोक म्हणजे इंदिरा पॉइंट हा निकोबार बेटांच्या टोकाला आहे.

सिंधु नदीच्या खोऱ्यातील पुरातन, संस्कृतीचा वारसा असलेले भारतीय उपखंड इतिहासात व्यापारी मार्ग आणि महान साम्राज्यांसाठी सुप्रसिद्ध आहे. युरोप व चीनसारख्या प्रदेशांशी रेशीम, चहा, अफू, नीळ वगैरे वस्तूंच्या हजारो वर्षांपूर्वीपासून होणाऱ्या व्यापारामुळे उर्वरित जगाचा भारताशी सततचा संबंध राहिला आहे. सुजलाम् सुफलाम् अशा या देशात भरपूर श्रीमंती, वैभव, ज्ञान व संस्कृती असल्यामुळे बाहेरून होणाऱ्या आक्रमणांना तोंड देण्याचा प्रसंग आपल्या देशावर वारंवार आला आहे. हिंदू, बौद्ध, जैन व शीख धर्माचे मूलस्थान हेच आहे. ख्रिश्चानिटी, इस्लाम आणि पारशी धर्म येथे पहिल्या सहस्त्रकात आले व या प्रदेशाच्या विभिन्न संस्कृतीमध्ये या सर्वच धर्मांचे योगदान आहे. अठराव्या शतकाच्या सुरुवातीपासून ब्रिटिश ईस्ट इंडिया कंपनीने हळूहळू या प्रदेशावर ताबा मिळवायला सुरुवात केली आणि नंतर राणीच्या जाहीरनाम्याच्या पश्चात इंग्लंडने जवळजवळ ९० वर्षे (१८५७ ते

१९४७) या देशावर सत्ता गाजविली. अहिंसात्मक मार्गाचा अवलंब करून महात्मा गांधींच्या नेतृत्वाखाली भारताला १९४७ साली स्वातंत्र्य प्राप्त झाले. त्यानंतर आपल्या देशाने केलेल्या प्रगतीच्या आढावा घेण्याचा प्रयत्न या पुस्तकात केला आहे.

२००१ च्या जनगणनेनुसार भारतातील लोकसंख्येचे धर्मनिहाय वितरण पुढील कोष्टकात दिले आहे.

हिंदू %	८२,७५,७८,८६८	८०.४६
मुस्लिम %	१३,८१,८८,२४०	१३.४३
ख्रिश्र्चन %	२,४०,८०,०१६	२.३४
शीख %	१,९२,१५,७३०	१.८७
बौद्ध %	७९,५५,२०७	०.७७
जैन %	४२,२५,०५३	०.४१
अन्य %	७३,६७,२१४	०.७२
एकूण लोकसंख्या	१,०२,८६,१०,३२८*	*२००१च्या जनगणनेनुसार

२०११च्या जनगणनेनुसार भारताची लोकसंख्या, साक्षरता, स्त्री:पुरुष गुणोत्तर वगैरे तपशील पुढील कोष्टकात दिला आहे.

एकूण लोकसंख्या	**स्त्री:पुरुष गुणोत्तर**	**साक्षरता**	**शहरी:ग्रामीण गुणोत्तर**
१,२१,०५,६९,५७३	९४३/१०००	७२.९९%	३१/६९
एकूण क्षेत्रफळ	जंगले	सिंचनाखालचे	४९४ शहरे
३२,८७,२६३कि.मी.^{२}	७७४,७४०	७४,४५९	५९३,७३१
	किमी^{२} (२३.५७%)	हजार हेक्टर	खेडी
३६८ व्यक्ती प्रति कि.मी.^{२}			

आपल्या देशात एक लाखावर लोकसंख्या असलेली शहरे एकंदर ४९४ आहेत. त्यातील पहिली दहा शहरे व त्यांची लोकसंख्या पुढील कोष्टकात दिली आहे.

अनुक्रमांक	शहराचे नाव	लोकसंख्या	एकत्रित लोकसंख्या
१	मुंबई	१,२४,७८,४४७	१,८४,१४,२८८
२	दिल्ली	१,१०,०७,८३५	१,६३,१४,८३८
३	बंगलोर	८४,२५,९७०	८४,९९,३९९
४	हैदराबाद	६८,०९,९७०	७७,४९,३३४
५	अहमदाबाद	५५,७०,५८५	६३,५२,२५४
६	चेन्नई	४६,८१,०८७	८६,९६,०१०
७	कोलकत्ता	४४,८६,६७९	१,४१,१२,५३६
८	सूरत	४४,६२,००२	४५८५,३६७
९	पुणे	३१,१५,४३१	५०,४९,९६८
१०	जयपूर	३०,७३,३५०	३०,७३,३५०

मुंबई, कोलकत्ता, दिल्ली, चेन्नई वगैरे शहरांचे प्रशासनाच्या सोयीसाठी वेगवेगळे विभाग पाडले गेले आहेत. त्यामुळे एकत्रित लोकसंख्या वेगळी दिसते. एकत्रित लोकसंख्येनुसार मुंबई, दिल्ली, कोलकत्ता, चेन्नई, बंगलोर, हैदराबाद, अहमदाबाद, पुणे, सुरत, जयपूर अशी क्रमवारी होईल.

भारतातील सर्व राज्ये व केंद्रशासित प्रदेशांमधील जिल्हे, त्यांची लोकसंख्या व क्षेत्रपळ यांचा तपशील कोष्टात दिला आहे.

राज्य	जिल्हे	लोकसंख्या	क्षेत्रफळ वर्ग कि. मी
आंध्र प्रदेश	२३	८,४६,५५५३३	२,७५,०४५
अरुणाचल प्रदेश	१७	१३,८३,७२७	८३,७४३
आसाम	२७	३,१२,०५,५७६	७८,४३८
बिहार	३८	१०,३८,०४,६३७	९४,१६३
छत्तीसगढ	१८	२,५५,४५,१९८	१,३५,१९१
दिल्ली	९	१,६७,८७,९४१	१,४८३
गोवा	२	१४,५८,५४५	३,७०२
गुजराथ	३३	६,०४,३९,६९२	१,९६,०२४
हरयाणा	२१	२,५३,५१,४६२	४४,२१२
हिमाचल प्रदेश	१२	६८,६४,६०२	५५,६७३

जम्मू आणि काश्मिर	२२	१,२५,४१,३०२	२,२२,२३६
झारखंड	२४	३,२९,८८,१३४	७९,७१४
कर्नाटक	३०	६,१०,९५,२९७	१,९१,७९१
केरळ	१४	३,३४,०६,०६१	३८,८६३
मध्यप्रदेश	५०	७,२५,९७,५६५	३,०८,२४५
महाराष्ट्र	३५	११,२३,७२,९७२	३,०७,७१३
मणिपूर	९	२५,७०,३९०	२२,३२७
मेघालय	११	२९,६६,८८९	२२,४२९
मिझोराम	८	१०,९७,२०६	२१,०८१
नागालँड	११	१९,७८,५०२	१६,५७९
ओडिसा	३०	४,१९,७४,२१८	१,५५,७०७
पंजाब	२२	२,७७,४३,३३८	५०,३६२
राजस्थान	३३	६,८५,४८,४३७	३,४२,२३९
सिक्कीम	४	६,१०,५७७	७,०९६
तमिळनाडू	३२	७,२१,४७,०३०	१,३०,०५८
त्रिपुरा	८	३६,७३,९१७	१०,४८६
उत्तराखंड	१३	१,००,८६,२९२	५३,४८३
उत्तर प्रदेश	७५	१९,९५,८१,४७७	२,४०,९२८
प. बंगाल	१९	९,१३,४७,७३६	८८,७५२
एकूण	**६५०**	**१२,०६,८२४,२५३**	**३२,७७,७६३**
केन्द्रशासित प्रदेश	**जिल्हे**	**लोकसंख्या**	**क्षेत्रफळ वर्ग कि. मी**
अंदमान आणि निकोबार	३	३,८०,५८१	८,२४९
चंदीगढ	१	१०,५५,४५०	११४
दादरा आणि नगरहवेली	१	३,४३,७०९	४९१
दमण आणि दीव	२	२,४३,२४७	११२
लक्षद्वीप	१	६५,४७३	३२
पुदुचेरी	४	१२,४७,९५३	४७९
एकूण	१२	३३,३५,४१३	९,४७७
	६६२	**१२,१०,१५९,६६६**	**३२,८७,२४०**

लोकसभा हे भारतीय संसदेचे कनिष्ठ सभागृह आहे. संसदेचे सभागृह ह्या नात्याने लोकसभेतील सदस्यांचे प्रमुख कार्य, 'भारतीय राज्यघटनेच्या चौकटीशी सुसंगत असे कायदे बहुमताने बनवणे' हे असते, अर्थात हे सदस्य राज्यकारभाराच्या विधिमंडळ शाखेचे सदस्य असतात.

'**लोकसभा**' हा शब्द संसदेच्या कनिष्ठ सभागृहाच्या दोन पाठोपाठ निवडणुकांमधील कालावधीसही वापरतात. २००८ पर्यंत भारतामध्ये १४ लोकसभा-कालावधी झाले आहेत. लोकसभेचे सदस्य हे जनतेचे थेट प्रतिनिधी असतात, अर्थात त्यांची भारताच्या पात्र प्रौढ नागरिकांचा समावेश असलेल्या मतदारसंघांतून थेट निवडणूक केली जाते. भारताच्या राज्यघटनेच्या ८१व्या कलमानुसारे लोकसभेचे अधिकतम ५५२ सदस्य असू शकतात. यामधील ५३० पर्यंत सदस्य भारताच्या राज्यांचे प्रतिनिधी, २० पर्यंत सदस्य केंद्रशासित प्रदेशांचे प्रतिनिधी आहेत, तर २ सदस्य अँग्लो-इंडियन समाजाचे प्रतिनिधी असतात. सध्याच्या म्हणजे पंधराव्या लोकसभेत ५४५ सदस्य आहेत, त्यातील ५४३ निवडून आलेले व २ नियुक्त केलेले आहेत.

प्रत्येक लोकसभेचा कालावधी जास्तीत जास्त ५ वर्षे असतो, त्यानंतर लोकसभेचे आपणहून विसर्जन होते व नव्या लोकसभेसाठी निवडणुका होतात. ह्याला आणीबाणीची परिस्थिती हा एक अपवाद आहे. आणीबाणीची परिस्थिती जाहीर केल्यास लोकसभेचा कालावधी एक वर्षाच्या टप्प्यामध्ये ५ वर्षांहून अधिक काळही वाढवता येतो.

राज्यसभा हे भारताच्या संसदेतील वरीष्ठ सभागृह मानले जाते. यातील सदस्यांची संख्या २५० पर्यंत मर्यादित आहे. या पैकी १२ सदस्य भारताच्या राष्ट्रपतींच्या सल्ल्याने नामनिर्देशित केले जातात. कला, साहित्य, विज्ञान व समाजसेवा या क्षेत्रात असामान्य योगदान करणाऱ्या व्यक्तींना अशा तऱ्हेने राज्यसभेत प्रवेश मिळतो. बाकीचे सदस्य घटक राज्यांच्या विधानसभा व विधानपरिषदांमधून आणि प्रादेशिक विधानमंडळातून निवडून पाठविले जातात. राज्यसभेच्या सदस्यांचा कार्यकाल सहा वर्षांचा असतो आणि दर दोन वर्षांनी एक तृतीयांश सदस्य निवृत्त होतात. लोकसभेप्रमाणे राज्यसभा ही कधीच विसर्जित होत नाही, फक्त दर दोन वर्षांनी त्यातील एक तृतीयांश सभासद बदलेले जातात. राज्यसभेच्या सभापतीपदावर देशाचे उपराष्ट्रपती यांची पदसिद्ध (एक्स ऑफिशियो) नेमणूक केलेली आहे. त्यांच्या अनुपस्थितीत राज्यसभेत रोजचा कारभार सांभाळण्यासाठी एक उपसभापती राज्यसभेच्या सदस्यांमधून निवडला जातो.

लोकसभा व राज्यसभा यातील कामकाजाचे थेट प्रक्षेपण करण्यासाठी समर्पित स्वतंत्र दूरदर्शन वाहिनींची सोय केलेली आहे.

प्रत्येक राज्यातून राज्यसभेत व लोकसभेत निवडून दिल्या जाणाऱ्या सदस्यांची संख्या आणि प्रत्येक राज्यातील विधानसभा व विधानपरिषद (असल्यास) यांच्यातील सदस्यांची संख्या यांचा तपशील पुढील कोष्टकात दिला आहे.

राज्ये	विधानसभा जागा	विधानपरिषद जागा	लोकसभा जागा	राज्यसभा जागा
आंध्रप्रदेश	२९५	९०	४२	१८
अरुणाचल प्रदेश	६०	००	२	१
आसाम	१२६	०	१४	७
बिहार	२४३	७५	४०	१६
छत्तीसगढ	९१	०	११	५
दिल्ली	७०	०	७	३
गोवा	४०	०	२	१
गुजराथ	१८२	०	२६	११
हरयाणा	९०	०	१०	५
हिमाचल प्रदेश	६८	०	४	३
जम्मू आणि काश्मीर	८७	३६	६	४
झारखंड	८२	०	१४	६
कर्नाटक	२२५	७५	२८	१२
केरळ	१४१	०	२०	९
मध्य प्रदेश	२३१	०	२९	११
महाराष्ट्र	२८८	७८	४८	१९
मणिपूर	६०	०	२	१
मेघालय	६०	०	२	१
मिझोराम	४०	०	१	१
नागालँड	६०	०	१	१
ओडिसा	१४७	०	२१	१०
पंजाब	११७	०	१३	७
राजस्थान	२००	०	२५	१०

सिक्कीम	३२	०	१	१
तमिलनाडू	२३५	०	३९	१८
त्रिपुरा	६०	०	२	१
उत्तराखंड	४०४	०	५	३
उत्तरप्रदेश	७०	१०८	८०	३१
प. बंगाल	२९५	०	४२	१६
अंदमान आणि निकोबार			१	
			१	
			१	
			१	
			१	१
			२	१२
			६	
एकंदर			५४५	२४५

भारताची राष्ट्रीय प्रतीके पुढील प्रमाणे आहेत.

राष्ट्रध्वज	तिरंगा
राष्ट्रीय चिन्ह व बोधवाक्य	अशोक स्तंभ (सारनाथ) सत्यमेव जयते
राष्ट्रगीत	जन गण मन
राष्ट्रगान	वंदे मातरम्
प्राणी	वाघ (रॉयल बंगाल)
पक्षी	मोर
जलचर	गंगा डॉलफिन
फूल	कमळ
फळ	आंबा
झाड	वड
नदी	गंगा
पंचांग	शक

भारताचे राष्ट्रचिन्ह हे सारनाथ म्युझियममध्ये जतन केलेल्या सम्राट अशोकाच्या सिंहचतुर्मुख स्तंभशीर्षावरून घेतलेले आहे. इसवी सनापूर्वी २५० च्या सुमारास अशोक स्तंभाच्या वरच्या भागावर वालुकाश्मात चार सिंह कोरून बनवलेल्या एका शिल्पाच्या छायाचित्रातून हे चिन्ह बनविलेले आहे. हे चिन्ह बनविण्याचे श्रेय श्री. माधव साहनी यांना जाते. त्यांनी १९५० मध्ये बनविलेल्या या राष्ट्रचिन्हात मूळ शिल्पातील उलट्या घंटेच्या आकाराचे कमलपुष्प वगळले आहे आणि चार पैकी तीन सिंहच दृष्टीस पडतात. यात एका गोलाकार आधारतालावर (बेस) अशोकाचे धर्मचक्र असून त्याच्या डावीकडे एक अश्व व उजवीकडे एक बैल दिसतात. मूळ शिल्पात वरच्या अंगाला एकमेकांच्या पाठीला पाठ लावून उभे असलेले चार सिंह कोरलेले आहेत, ज्यापैकी एक सिंह मागच्या बाजूस असल्याने दिसत नाही. हे चार सिंह अनुक्रमे शक्ती, धैर्य, स्वाभिमान आणि आत्मविश्वास यांचे प्रतीक आहेत. मूळ शिल्पातील गोलाकार आधारातलावर एक हत्ती (पूर्व), एक अश्व (पश्चिम), एक बैल (दक्षिण) व एक सिंह (उत्तर) कोरलेले आहेत. या चारी प्राण्यांच्या मध्ये चक्रे कोरलेली आहेत. या बेसच्या खालच्या अंगाला असलेले पूर्ण विकसित कमलपुष्प म्हणजे परिपूर्ण जीवन आणि सृजनशक्तीची स्फूर्ती यांचे प्रतीक आहे. राष्ट्रचिन्हात हे

सत्यमेव जयते

पुष्प वगळलेले आहे. या बेस वरील धर्म चक्र म्हणजे आपल्या राष्ट्रध्वजावरील निळ्या रंगाचे अशोकचक्र.

सम्राट अशोकाची पत्नी सम्राज्ञी विदीशादेवी ही बौद्ध धर्माचे पालन करणारी होती. ज्या स्थानावर गौतम बुद्धांनी प्रथम त्यांच्या शिष्यांना धर्माची शिकवण दिली व बौद्धसंघाची स्थापना केली होती, त्याची स्मृती म्हणून हा स्तंभ अशोकाने सम्राज्ञीच्या इच्छेनुसार उभारला होता. या स्तंभावरील गोलाकार आधारतलाच्या खाली देवनागरीमध्ये भारताचे बोधवाक्य कोरलेले आहे. हे बोधवाक्य हिंदू धर्मातील पवित्र वेदग्रंथांच्या शेवटी येणाऱ्या मुंडक उपनिषदांतून घेतलेले आहे.

राष्ट्रीय बोधचिन्ह व बोधवाक्य २६ जानेवारी १९५० या दिवसापासून अंगिकारले गेले. भारत सरकारच्या सर्व अधिकृत कागदपत्रांवर आणि सर्व चलनी नोटांवर ते दिसते. भारतीय पारपत्रावरसुद्धा (पासपोर्ट) ते असते. या बोधचिन्हाचा वापर स्टेट एम्ब्लेम ऑफ इंडिया (प्रोहिबिशन ऑफ इम्प्रॉपर यूज़्) ऑक्टो, २००५ द्वारा विनियमित व निर्बंधित केलेला आहे.

भारताची अर्थव्यवस्था जगात नाममात्र स्थूल एतद्देशीय उत्पादनाच्या (नॉमिनल जी डी पी) दृष्टीने दहाव्या आणि क्रयशक्ती समानतेच्या (परचेस पॉवर पॅरिटी) निकषावर तिसऱ्या क्रमांकावर आहे. ९१ सालापासून आर्थिक उदारीकरणाचे धोरण स्वीकारल्यानंतर तिचा समावेश जलद गतीने वाढणाऱ्या अर्थव्यवस्थांमध्ये होऊ लागला आहे आणि नव्याने औद्योगिकीरण झालेल्या देशांमध्ये भारताची गणना होऊ लागली आहे.

तथापि, देशापुढे गरिबी, भ्रष्टाचार, कुपोषण, अपुऱ्या प्रमाणातील आरोग्यसेवा आणि दहशतवाद ही आव्हाने आहेत. भारत हा एक अण्वस्त्रसंपन्न देश आहे व एक प्रादेशिक महासत्तापण आहे. जगातील तिसऱ्या क्रमांकाचे सेनादल बाळगणारा हा देश लष्करी खर्चाच्या बाबतीत जगात आठव्या क्रमांकावर आहे. भारत हा एक संसदीय लोकशाही राबविणारा देश असून २८ राज्ये व ७ केंद्रशासित प्रदेशांनी बनलेले ते एक संघीय संवैधानिक प्रजासत्ताक राष्ट्र आहे. या देशात विविध भाषा, विविध वंश आणि विविध धर्म असलेले लोक राहतात.

★★★

२. संगीत, नृत्य, चित्रपट व मनोरंजन

भारतीय संगीत व नृत्य

भारतीय संगीताची परंपरा फार प्राचीन तर आहेच, पण त्यातील विविधता विलक्षण आहे. शास्त्रीय संगीतात प्रामुख्याने उत्तर हिंदुस्तानी व कर्नाटक संगीताचा समावेश होतो. प्रादेशिक भाषांमधील लोकसंगीत, नाट्यसंगीत यांच्यावर स्वतंत्र पुस्तके लिहिता येतील, इतकी त्यांची व्याप्ती आहे. लोकसंगीत व लोकनृत्य यांची सांगड असल्याने त्यांचा एकत्र विचार करणे आवश्यक आहे. पंजाबी भांगडा, आसामी बिहु, झारखंडातील छाउ, गुजराथमधील गरबा व दांडिया, ओडिसाचा संबलपुरी, राजस्थानी घूमर, तर मराठमोळी लावणी या सर्व शैलींमध्ये नृत्य व संगीत यांचे एक अनोखे मिश्रण आहे. भारताच्या राष्ट्रीय संगीत, नृत्य आणि नाट्य अकादमी द्वारा आठ नृत्यप्रकारांना शास्त्रीय नृत्याचा दर्जा बहाल केला गेला. त्यात तामिलनाडूचे भरतनाट्यम्, उत्तरप्रदेशातील कथ्थक, केरळमधील कथकली आणि मोहिनीअट्टम, आंध्रप्रदेशातील कुचिपुडी, मणिपुरमधील मणिपुरी, ओडिसातील ओडिसी आणि आसामचा सत्रिया यांचा समावेश केला आहे. भारतीय नाटकांमध्ये संगीत, नृत्य आणि लेखी किंवा उस्फूर्त संवाद यांचे मिश्रण असते. नाटकांचे विषय पौराणिक, ऐतिहासिक, सामाजिक, सद्यस्थितीवर आधारित, कौटुंबिक असे विविध असतात. नाट्यप्रकारात भवाई, बंगाली जात्रा, उत्तरेतील नौटंकी व रामलीला, मराठी तमाशा, आंध्रमधला बुर्रकथा, तामिलनाडूतील तेरुक्कुट्टु आणि कर्नाटकी यक्षगान हे प्रमुख आहेत.

वास्तुशास्त्र

ताजमहाल किंवा मुघली साम्राज्यात निर्माण झालेल्या इमारती आणि दक्षिण भारतातील वास्तू या पुरातन स्थानिक परंपरा आणि बाह्य जगातील शैली यांचा एक मनोहर संगम आहे. मयासुर, जो रावणाची पत्नी मंदोदरी हिचा पिता होता,

वास्तुशास्त्राचा महान तज्ज्ञ होता. तमिळ वाङ्मयात त्याला महामुनी म्हणतात. तोच आपल्या वास्तुशास्त्राचा आद्य कर्ता मानला जातो. आपल्या देशातील वास्तुशास्त्राची बैठक वैज्ञानिक आहे. निसर्गाचे नियम आपल्या घरांना कसे लागू पडतात आणि कोणत्या दिशेतून कोणती स्पंदने येतात व त्याचा वास्तूवर व त्यात राहणाऱ्या लोकांवर काय परिणाम होतो याचा विचार करून घराची बांधणी करण्याचे नियम निश्चित केले आहेत. यामध्ये दिशेनुसार रचना आणि भूमितीच्या नियमांचे तंतोतंत पालन यांना महत्त्व आहे. भारताच्या निरनिराळ्या प्रदेशातील भौगोलिक परिस्थिती, हवामान, कच्च्यामालाची उपलब्धता वगैरे गोष्टींचा विचार करून त्या त्या प्रदेशातील घरांची रचना केलेली आढळते. भारतीय देवालयांच्या बांधणीत शिल्पशास्त्राचा खूपच प्रभाव दिसून येतो. आपली मंदिरे ही सामुदायिक प्रार्थना करण्याची स्थळे म्हणून बांधली गेली नसून त्यावेळच्या देव, विश्वाची निर्मिती वगैरे कल्पना शिल्पकलेद्वारे कोरून पुढील पिढीला मार्गदर्शक संदेश देण्याचा एक प्रयत्न असल्याचे काही तज्ज्ञांचे मत आहे. ताजमहाल ही आंतरराष्ट्रीय वारसा मानण्यात आलेली वास्तू आहे.

भारतीय चित्रपट

भारतीय चित्रपट हे जगातील सर्वाधिक लोकप्रिय आणि सर्वाधिक प्रेक्षकांपर्यंत पोहोचणारे माध्यम आहे. हिंदी, आसामी, बंगाली, कन्नड, मल्याळम्, पंजाबी, गुजराती, मराठी, उडिया, तामिळ व तेलगू भाषांतील सिनेमांची परंपरा अनेक दशकांची आहे. चित्रपटक्षेत्रातील उत्पन्नाचा तीन चतुर्थांश हिस्सा दाक्षिणात्य चित्रपटच्या वाट्याला जातो. भारतीय चित्रपटांची लोकप्रियता भारतापुरती मर्यादित नाही. दक्षिण अशिया, मध्यपूर्व अशिया, रशिया, आफ्रिका या प्रदेशांत भारतीय चित्रपटांचा मोठा चाहता वर्ग आहे. अमेरिका व युरोपमधील अनिवासी भारतीय आपल्या देशातील चित्रपट पाहण्यास आसुसलेले असतात आणि त्यांच्या बरोबर तिकडचे स्थानिक लोकही या माध्यमाकडे आकर्षित होतात. एकंदर ९० देशांमध्ये भारतीय चित्रपट प्रदर्शित केले जातात. दरवर्षी भारतात सर्व प्रादेशिक भाषा मिळून एक हजारांहून अधिक चित्रपटांची निर्मिती केली जाते. या चित्रपटांमधून वेगवेगळ्या प्रादेशिक संस्कृतीचा आविष्कार होतो. २०१० मध्ये भारतात एकंदर १०,०२० चित्रपटगृहे होती आणि २७० कोटी प्रेक्षकांनी चित्रपटगृहात जाऊन चित्रपट पाहिला होता. भारतातील प्रति १.१ लाख प्रेक्षकांमागे एक चित्रपटगृह आहे अशी माहिती या आकडेवारीतून मिळते.

दक्षिण भारतातील चित्रपट उद्योग हे जरी तिकडच्या मल्याळम्, तेलगु, कन्नड व तमिळ या चार भाषांतील चित्रपटांच्या व्यवसायाला देण्यात येणारे सामाईक

नाव असले, तरीही चारही भाषांतील चित्रपटांचा विकास स्वतंत्रपणे झाला आहे. त्यांची प्रत्येकाची एक स्वतंत्र ओळख व अस्तित्व आहे. काही कलाकार व तंत्रज्ञाची एकाहून अधिक भाषेत काम करण्याची क्षमता व जागतिकीकरण यांच्यामुळे दाक्षिणात्य चित्रपटांची ही अभिन्नता आकाराला आली असावी.

दादासाहेब फाळके यांना भारतीय चित्रसृष्टीचे आद्य निर्माते म्हणून ओळखले जाते. १९६९ मध्ये त्यांच्या जन्मशताब्दीच्या वर्षापासून भारत सरकारच्या माहिती आणि नभोवाणी खात्याने दादासाहेब फाळके पुरस्कार देण्यास सुरुवात केली गेली. दरवर्षी भारतीय सिनेमामध्ये असामान्य कामगिरी करणाऱ्या कलावंत व तंत्रज्ञानांना दिला जाणारा हा सर्वोच्च पुरस्कार आहे. भारतीय चित्रपट जगतात या पुरस्काराला सर्वोच् मानाचे व प्रतिष्ठेचे प्रतीक मानले जाते.

वार्षिक चित्रपट निर्मितीच्या बाबतीत भारताचा जगात प्रथम क्रमांक आहे. त्या पाठोपाठ हॉलीवूड व चीन येतात. एकंदर उत्पन्नाचा विचार केला, तर या उद्योगातून २०११ मध्ये ९३ अब्ज रुपयांचे उत्पन्न झाले होते. २०१६ पर्यंत हा आकडा १५० अब्जापर्यंत जाईल असा अंदाज आहे. प्रगत तंत्रज्ञानाचा वापर करून नवनवीन प्रकारचे स्पेशल इफेक्ट्स आता चित्रपटांतून दाखविले जातात. वैज्ञानिक कल्पनांवर आधारित गोष्टी दाखविणारे क्रिश, रा. वन, एन्थिरन, ईगा हे चित्रपट सुपरहिट झाले आहेत. वेगवेगळ्या आंतरराष्ट्रीय चित्रपट महोत्सवांमध्ये भारतीय दिग्दर्शकांनी दिग्दर्शित केलेले अनेक चित्रपट प्रदर्शित झाले आहेत.

पहिला चित्रपट : राजा हरिश्चंद्र

या दिग्दर्शकांत सत्यजित रे, मृणाल सेन, अडूर गोपालकृष्णन्, जी. अरविंदन्, ऋत्विक घटक, शाजी एन् करुन, बी. नरसिंग राव, गिरिश कासारावाली, श्याम बेनेगल आणि मणी रत्नम् यांची नावे प्रामुख्याने घेतली जातात. यश चोप्रा, शेखर कपूर, दीपा मेहता, रजनीश डोमलपल्ली, नागेश कुकुनूर आणि करण जोहर या चित्रपटनिर्मात्यांचे चित्रपट जगभर लोकप्रिय आहेत. भारत सरकारतर्फे अमेरिका व जपानसारख्या देशात आणि फिल्म प्रोड्यूसर्स गिल्डतर्फे युरोपमध्ये वेळोवेळी चित्रपटासंबंधी चर्चासत्रात शिष्टमंडळे पाठवली जातात. कैरो येथील ॲफ्रो-अशियन चित्रपट महोत्सवामध्ये १९५९ मध्ये शिवाजी गणेशन यांनी वीरापांडिया कट्टबोम्मन या चित्रपटासाठी व इंडोनेशियन चित्रपट महोत्सवामध्ये १९६३ मध्ये एस. व्ही. रंगाराव यांनी नर्थनशाला या चित्रपटासाठी सर्वोत्कृष्ट अभिनेत्याचे पारितोषिक मिळविले होते.

२०१२ मध्ये भारतीय चित्रपट उद्योगाला शंभर वर्षे पूर्ण झाली. सुरुवातीला कला किंवा प्रतिभेचा आविष्कार अशा रीतीने वर्णन केले जाणारे हे माध्यम आता कालांतराने एका मोठ्या उद्योगात किंवा व्यवसायात परिवर्तित झाले आहे. नव्याने आलेल्या मल्टिप्लेक्स चित्रपटगृहांना देण्यात येणाऱ्या करातील सवलतींमुळे मल्टिप्लेक्सची संख्याही भरपूर वाढली आहे. निर्मिती, वितरण, जाहिरात या सर्वच बाबतीत एक धंदेवाईक सफाई व नवीन तंत्रज्ञानाचा प्रभाव दिसू लागला आहे. चित्रपट उद्योगात १०० टक्के थेट परदेशी गुंतवणूक करण्याची तरतूद केल्यामुळे ट्वेंटीएथ सेंच्युरी फॉक्स, सोनी पिक्चर्स, वॉल्ट डिस्ने पिक्चर्स आणि वॉर्नर ब्रदर्स सारख्या परदेशी कंपन्यांना भारतीय चित्रपटसृष्टीचे आकर्षण वाटू लागले आहे. सन पिक्चर्स्, झी, सुरेश प्रॉडक्शन्स्, ॲडलॅब्स्सारख्या कंपन्या चित्रपट निर्मिती व वितरणात अग्रणी आहेत. २००३ पर्यंत भारताच्या नॅशनल स्टॉक एक्सचेंजवर ३० चित्रपट निर्मितीव्यवसायातील कंपन्या अनुसूचित केलेल्या होत्या, यावरून या माध्यमाचे व्यावसायिक स्थान समजता येईल.

भारतीय चित्रपटांचा चाहता वर्ग भारतात तर आहेच पण भारताबाहेर राहणारे लक्षावधी भारतीयपण त्यामागे वेडावलेले आहेत. फक्त चित्रपटच नाही तर त्यातील गाणीही स्वंत्रपणे तितक्याच प्रमाणात देशात व परदेशात लोकप्रिय असतात. परदेशात आपले चित्रपट प्रेक्षागृहात प्रदर्शित होतात व पाहिलेही जातात, पण त्याहून अधिक लोकप्रिय प्रकार म्हणजे डी.व्ही.डीवर घरबसल्या चित्रपटाचा आस्वाद घेणे. या दोन्ही तऱ्हेने भारतीय चित्रपटांपासून होणारी आवक मुख्य प्रवाहातून होणाऱ्या प्राप्तीच्या १२ टक्के आहे. २००० सालची ही आवक १.३ अब्ज अमेरिकन डॉलर्स् होती. मूळ चित्रपटातून होणाऱ्या प्राप्तीचा ४ ते ५ टक्के हिस्सा भारतीय चित्रपट संगीताच्या

हक्कांच्या नावे असतो.

भारतीय चित्रपटांचा थोडा इतिहास

लंडनच्या लुमियर नावाच्या कंपनीचे चित्रपट भारतात सर्वप्रथम मुंबईत जुलै १८९६ मध्ये दाखविले गेले होते. वर २५ मे १९१२ च्या टाइम्स् ऑफ इंडियामधील दादासाहेब तोरणे निर्मित श्री पुंडलिक या मराठी मूकचित्रपटाची जाहिरात दिली आहे. हा भारतात प्रदर्शित झालेला पहिला भारतीय चित्रपट म्हणता येईल, परंतु बऱ्याच लोकांचे असे मत आहे की, याला पहिला भारतीय चित्रपट मानणे चुकीचे आहे. कारण हे एका सुप्रसिद्ध व लोकप्रिय मराठी नाटकाचे छायाचित्रण होते. त्याशिवाय हे छायाचित्रण करणारा मनुष्य जॉनसन नावाचा एक ब्रिटिश नागरिक होता आणि ही फिल्म लंडनमध्ये धुतली गेली होती. या आधी म्हणजे १८९८ मध्ये कलकत्त्याच्या स्टार थिएटरच्या रंगमंचावरील द फ्लॉवर ऑफ पर्शिया या खेळाचे चित्रीकरण हिरालाल सेन नावाच्या भारतीयाने प्रोफेसर स्टीव्हनसन यांच्या कॅमेऱ्याने केले होते हे भारतातील पहिले वहिले चित्रीकरण असले, तरी ते चित्रपट या सदरात मोडत नाही. मुंबईच्या हॅगिंग गार्डन्स् येथील एका कुस्तीच्या सामन्याचे एच.एस. भाटवडेकर यांनी केलेले छायाचित्रण द रेस्टलर्स् या नावाने प्रदर्शित केले गेले. परंतु हा एक माहितीपट (डॉक्युमेंटरी) म्हणता येईल. भारतात निर्माण झालेला पहिला संपूर्ण लांबीचा चित्रपट म्हणजे दादासाहेब फाळके यांचा राजा हरिश्चंद्र होय.

निर्माता-दिग्दर्शक-स्क्रीनरायटर दादासाहेब फाळके, भारतीय चित्रपटांचे जनक

राजा हरिश्चंद्र हा एक मूकपट होता आणि त्यातील स्त्री-भूमिका पुरुषांनी केलेल्या होत्या. हा चित्रपट कोरोशन सिनेमॅटोग्राफ येथे ३ मे १९१३ रोजी दाखविण्यात आला. आर्देशिर इराणी यांनी १४ मार्च १९३१ रोजी आलम आरा हा भारतातील पहिला बोलपट प्रदर्शित केला. त्या पाठोपाठ १५ सप्टेंबर १९३१ ला एच.एम. रेड्डी यांचा तेलगु चित्रपट भक्त प्रल्हाद व ३१ ऑक्टोबर १९३१ ला तमिळ चित्रपट कालीदास प्रदर्शित झाले. कालिदासचे निर्माते आर्देशिर इराणी होते तर दिग्दर्शक एच.एम. रेड्डी होते. दाक्षिणात्य भाषांमधील हे पहिले दोन बोलपट आहेत. या नंतर बंगाली व दाक्षिणात्य भाषांमधील बोलपटांची निर्मिती मोठ्या प्रमाणावर होऊ लागली. सामान्य लोकांसाठी हे एक स्वस्त करमणुकीचे साधन होते. त्या काळी प्रवेशासाठी फक्त एक आणा तिकिट असे, चित्तोर व्ही नागय्या हे भारतातील पहिले बहुभाषिक अभिनेते, गायक, संगीत दिग्दर्शक, निर्माता आणि दिग्दर्शक होते. १९३३ ईस्ट इंडिया फिल्म कंपनीने त्यांचा पहिला भारतीय चित्रपट

सती सावित्री काढला. हा चित्रपट अतिशय लोकप्रिय झाला. या चित्रपटाला व्हेनिस फिल्म फेस्टिव्हलमध्ये मानद डिप्लोमा दिला गेला. १९३४ मध्ये बॉम्बे टॉकीज व प्रभात कंपनी अस्तित्वात आल्या. आंध्र प्रदेशात राजामहेन्द्री येथे दुर्गा सिनेटोन नावाचा दक्षिण भारतातील पहिला स्टुडीयो १९३६ मध्ये अस्तित्वात आला. चेन्नई, कलकत्ता व मुंबई येथेही नवीन स्टुडियोंची सुरुवात झाली आणि चित्रपट निर्मिती या कलेला लोकप्रियता लाभली. भारताच्या स्वातंत्र्यलढ्याच्या पार्श्वभूमीवर काही चित्रपटांवर ब्रिटिश सरकारने बंदी आणली होती, असेही इतिहास सांगतो. उदा. आर. एस. डी. चौधरी यांचा व्रत (१९३०), गुडवल्ली रामब्रह्मम् यांचा रायश्रु बिड्डा (१९३८), १९३६ साली प्रभातने काढलेला संत तुकाराम हा चित्रपट १९३७ सालच्या व्हेनिस फिल्म फेस्टिव्हलमध्ये प्रदर्शित केला गेला. आंतरराष्ट्रीय फेस्टिव्हलमध्ये प्रदर्शित झालेला तो पहिला भारतीय चित्रपट होता. त्याला त्या वर्षीच्या जगातील सर्वोत्कृष्ट तीन चित्रपटांमध्ये स्थान मिळाले होते.

देशाला स्वातंत्र्य मिळाल्यावर भारतीय सरकारतर्फे श्री. स. का. पाटील यांच्या अध्यक्षतेखाली चित्रपटसृष्टीचा अभ्यास करण्यासाठी एक आयोग नेमण्यात आला. त्यांनी असा अहवाल दिला की, भारतीय चित्रपट हे कला, उद्योग व प्रदर्शन यांचे मिश्रण आहे आणि याचे व्यापारी मूल्य उल्लेखनीय आहे. त्यांच्या शिफारशीनुसार अर्थ मंत्रालयाच्या अंतर्गत फिल्म फायनान्स कॉर्पोरेशन ६० च्या दशकात स्थापण्यात आली. या द्वारे प्रतिभावान निर्मात्यांना चित्रपटासाठी भांडवल पुरविले जाते. १९४८ मध्ये भारत सरकारची फिल्म डिव्हिजन प्रस्थापित करण्यात आली. माहितीपट,

वार्तापट किंवा लघुपट निर्मितीमध्ये हिचा जगात प्रथम क्रमांक आहे. दरवर्षी दोनशेहून अधिक लघुपटांची निर्मिती व त्यांच्या १८ भाषांमधल्या ९००० प्रति देशभरातील चित्रपटागृहात प्रकाशित करण्याचे महान कार्य करणारी ही संस्था आहे.

इंडियन पीपल्स् थिएटर असोसिएशन (इप्टा) ही डाव्या विचारसरणीची कलाक्षेत्रातील चळवळ १९४०-५० च्या सुमारास खूपच सक्रीय होती. त्यांनी

तत्कालिन परिस्थितीचे विदारक चित्र डोळ्यांपुढे मांडणारी अनेक वास्तववादी नाटके काढली. त्याच पार्श्वभूमीवर वास्तववादी विषयांवर चित्रपटनिर्मिती होऊ लागली. ख्वाजा अहमद अब्बास यांचा धरती के लाल, गुरुदत्त यांचा प्यासा किंवा मेहबूब यांचा मदर इंडिया ही त्याची काही उदारहणे आहेत. या पाठोपाठ समांतर चित्रपटांची एक लाट निर्माण झाली. टीकाकारांच्या स्तुतीला पात्र ठरलेले अनेक चित्रपट निर्माण होऊ लागले. यात मुख्यत्वेकरून बंगाली चित्रपटांचा पुढाकार होता. चेतन आनंद यांचा नीचा नगर (१९४६), ऋत्विक घटक यांचा नागरिक (१९५२), बिमल रॉय यांचा दो बीघा जमीन (१९५३) यांनी भारतीय चित्रपटातील नववास्तवतावादाचा पाया घातला. सत्यजित रे यांनी पथेर पांचाली या चित्रपटाद्वारे आपल्या समांतर चित्रपटांना आंतरराष्ट्रीय स्तरावर स्थान प्राप्त करून दिले. सर्वच प्रमुख आंतरराष्ट्रीय चित्रपट महोत्सवांमध्ये अपूच्या त्रयीने बक्षीसे व वाहवा मिळविली आहे. या त्रयीतील दुसऱ्या (अपराजितो) चित्रपटात सुब्रत मित्रा या सिनेमॅटोग्राफरांनी काही नवीन तंत्रे विकसित करून क्रांती घडवली. सेट वर दिवसाचा प्रकाश पडला आहे असे दाखवणारे बाऊन्स लाइटिंग, हे त्यांचे सर्वांत प्रभावशाली तंत्र मानले जाते. सत्यजित रे यांनी १९७२ मध्ये प्रतिद्वंदी या चित्रपटाच्या निर्मितीच्या वेळी फोटोनिगेटिव्ह फ्लॅशबॅक किंवा एक्स-रे डायग्रेशन्स् अशी काही प्रायोगिक तंत्रे पहिल्याने विकसित केली, ज्यासाठी त्यांना जगभर मान्यता मिळाली आहे. सत्यजित रे यांच्या कांचनगंगा (१९६२) या चित्रपटात हायपरलिंक सिनेमा या नंतर लोकप्रिय झालेल्या तंत्राशी मिळती-जुळती कथाकथनाची संरचना प्रथम प्रस्तुत केली होती. स्टीव्हन स्पीलबर्ग यांच्या ईटी या सुप्रसिद्ध चित्रपटमागील प्रेरणा सत्यजित रे यांच्या द एलियन नावाच्या चित्रपटाच्या गोष्टीतून मिळाली असावी, असे बऱ्याच तज्ज्ञांचे मत आहे. दुर्दैवाने रे यांना त्यांचा चित्रपट रद्द करावा लागला होता. रे व घटक यांच्या सारख्या कलात्मक चित्रपट निर्मात्यांपासून स्फूर्ती घेऊन मृणाल सेन, अडूर गोपालकृष्णन, मणि कौल आणि बुद्धदेव दासगुप्ता यासारखे अनेक निर्माते/दिग्दर्शक पुढे आले. १९७० च्या दशकात हिंदीमध्ये श्याम बेनेगल, कुमार शहानी, केतन मेहता, गोविंद निहालानी व विजया मेहता, बंगालीमध्ये गौतम घोष, ओडियामध्ये निराद महापात्रा सारख्या चित्रपट निर्मात्यांनी कलात्मक समांतर चित्रपटनिर्मिती चालू ठेवली. तथापि, १९७६ मध्ये पब्लिक अंडरटेकिंग्ज् संबंधी अन्वेषण करणाऱ्या कमिटीने फिल्म फायनान्स कॉर्पोरेशनच्या कलात्मक चित्रपटांच्या तरफदारीविषयी टीका केली. त्यांनी व्यावसायिक चित्रपटाला प्रोत्साहन देण्यात एफएफसी हवे तितके प्रयास करीत नसल्याचा आरोप केला. या काळात व्यावसायिक किंवा मुख्य धारेतील चित्रपट जनमानसावर आपला

पगडा ठेवून होतेच. त्या चित्रपटांचा परामर्श घेणे या पुस्तकाच्या आवाक्याच्या बाहेर आहे. दीप मेहता, अनंत बालानी, होमी अडजानिया, विजय सिंग आणि सूनी तारापोरवाला यांनी भारतीय इंग्रजी चित्रपटांच्या निर्मितीद्वारा नाव मिळवले.

आंतरराष्ट्रीय महोत्सवात पारितोषिके किंवा नामांकन मिळविणारे भारतीय चित्रपट

मेहबूब खान यांच्या मदर इंडिया या चित्रपटाला सर्वोत्कृष्ट विदेशी भाषेतील चित्रपटासाठीच्या ॲकेडमी पारितोषिकाचे पहिल्या कान चित्रपट महोत्सवात ग्रँड प्राईझ मिळाले होते. सत्यजित रे यांना अपराजितो (१९५६) चित्रपटासाठी व्हेनिस चित्रपट महोत्सवात गोल्डन लायन पारितोषिक, बर्लिन आंतरराष्ट्रीय चित्रपट महोत्सवामध्ये सर्वोत्कृष्ट दिग्दर्शक म्हणून एकदा गोल्डन बेअर व दोनदा सिल्व्हर बेअर अशी पारितोषिके मिळाली आहेत. सत्यजित रे यांना १९९२ मध्ये साइट अँड साऊंड क्रिटिक्स पोलमध्ये जगातील सर्वकालातील सर्वोत्कृष्ट १० दिग्दर्शकांमध्ये सातवे स्थान दिले गेले आहे. २००२ मध्ये साइट अँड साऊंड क्रिटिक्स अँड डायरेक्टर्स् पोलमध्ये गुरु दत्त यांचे प्यासा व कागज के फूल, ऋत्विक घटक यांचे मेघे ढाका तारा आणि कोमल गंधार, राजकपूरचा आवारा, मेहबूब खान यांचा मुघल ए आझम व विजय भट्ट यांचा बैजू बावरा या चित्रपटांना विशेष स्थान दिलेले आहे. जगभरातील वेगवेगळ्या जनमतसर्वेक्षणात विविध भाषांतील भारतीय चित्रपटांना उच्च स्थान मिळाले आहे, त्यात अपुची त्रयी, चारुलता, द म्युझिक रूम, सुवर्णरेखा, डेज अँड नाइट्स् इन द फॉरेस्ट, द व्हिलेज व्हॉइस, प्यासा यांचा समावेश होतो. दाक्षिणात्य चित्रपटांत पौराणिक चित्रपटांची सद्दी होती. त्यापैकी उल्लेनीय म्हणजे नर्थनशाला आणि मायाबाजार ज्याला आयबीएन लाइव्हच्या २०१३ च्या जनमतसर्वेक्षणात भारतातील सर्वकालातील सर्वोत्कृष्ट चित्रपट असा मान प्राप्त झाला. १९७९ मधील तेलगु चित्रपट शंकरभरणम्, ज्यात भारतीय संगीताच्या पुनरुज्जीवनाचा विषय सुंदर रीतीने हाताळला होता, याला फ्रान्समधील बेसानकॉन चित्रपट महोत्सवात पारितोषिक मिळाले होते. प्रशासनातील उणीवा डोळ्यासमोर मांडणारा १९८७ मधील कानडी चित्रपट 'तबारना काठे' ताश्कंद, नांटे, टोकियो आणि रशियातील चित्रपट महोत्सवात प्रदर्शित केला गेला होता व टीकाकारांच्या स्तुतीला पात्र ठरला होता. मल्याळम् भाषेतील अडूर गोपालकृष्णन् दिग्दर्शित चित्रपट एलिप्पथयम् (१९८१) याला लंडनच्या चित्रपट महोत्सावात सुंदरलँड ट्रॉफी मिळाली होती. तसेच माथिलुकाल (१९८९) या चित्रपटाला व्हेनिस चित्रपट महोत्सवात पारितोषिक मिळाले होते. मल्याळम् भाषेतील अन्य विख्यात चित्रपट दिग्दर्शक/निर्माते म्हणून जी. अरविंदन्,

टी.व्ही.चंद्रन् आणि शाजी एन्. करुन यांचे नाव घेता येईल. करुन यांचा पहिलाच चित्रपट पिरावी (१९९४) याला पाम ड, ओर साठी नामांकन मिळाले होते. स्लमडॉग मिलियनायर (२००८) या डॅनी बॉइल यांच्या ऑस्कर विजेत्या चित्रपटामागे भारतीय पार्श्वभूमी आहे. ॲकेडमी अर्वाड मदर इंडिया (१९५७), सलाम बॉंबे (१९८८), लगान (२००१) या चित्रपटांना सर्वोत्कृष्ट परकीय भाषेतील चित्रपट या वर्गात नामांकन मिळाले होते. ॲकेडमी ॲवॉर्ड मिळविणाऱ्या भारतीय कलाकारांच्या यादीत भानु अठय्या (कॉस्च्युम डिझाईन), ए. आर. रहमान (संगीत), रेसुल पूकुट्टी (ध्वनी संकलन), गुलझार (गीत) आणि सत्यजित रे (निर्मिती) यांची नावे येतात.

व्हिक्टोरिया पब्लिक हॉल ही ऐतिहासिक इमारत, एकोणीसाव्या शतकाच्या शेवटी व विसाव्या शतकाच्या आरंभी चेन्नईमधील हे एक सुप्रसिद्ध चित्रपटगृह होते.

हैदराबाद येथील प्रसाद्स् आमॅक्स थिएटर येथे जगातील सर्वांत मोठा ३-डी आयमॅक्स स्क्रीन व जगातील सर्वाधिक प्रेक्षकसंख्या असलेला स्क्रीन आहे.

हैदराबाद येथील रामोजी फिल्म सिटी हा जगातील सर्वात मोठा फिल्म स्टुडिओ आहे अशी गिनेस वर्ल्ड रेकॉर्ड्सर्मध्ये नोंद आहे.

बंगलोर येथील पीव्हीआर सिनेमा ही भारतातील सर्वांत मोठी चित्रपटगृहांची शृंखला आहे.

भारतातील प्रमुख चित्रपटसंगीताच्या कंपन्यांची नावे अशी आहेत. सारेगामा, सोनी म्युझिक वगैरे. पैशांच्या दृष्टीने पहाता एकंदर संगीतसंबंधित विक्रीमध्ये चित्रपटसंगीताचा वाटा ४८ टक्के इतका आहे. कोणत्याही भारतीय चित्रपटात पाच-सहा नृत्यप्रधान गाणी हमखास असतातच व ती चित्रपटात इतस्तत: विखुरलेली असतात. भारतीय समाज हा बहुरंगी व बहुढंगी असल्यामुळे व परदेशात असलेल्या भारतीयांच्या

वाढत्या संख्येमुळेही भारतीय संगीतात व खास करून चित्रपटसंगीतात विविध स्थानिक व विदेशी संगीत शैलींचे मिश्रण पहायला/ऐकायला मिळते. हे मिश्रण भारतात व भारताबाहेर लोकप्रिय आहे.

भारतातील फिल्म इन्स्टिट्यूटस्

चित्रपट क्षेत्रातील विविध पैलूंचे शिक्षण देणाऱ्या अनेक सरकारी व खाजगी संस्था भारतात आहेत. त्यापैकी काही महत्त्वाच्या संस्था अशा-

१. एल. व्ही. प्रसाद फिल्म अँड टीव्ही अकॅडमी, चेन्नई

२. अन्नपूर्णा इंटरनॅशनल स्कूल ऑफ फिल्म अँड मीडिया, हैदराबाद

३. एशियन अकॅडमी ऑफ फिल्म अँड टेलीव्हिजन

४. मद्रास फिल्म इन्स्टिट्यूट, चेन्नई

५. सत्यजित रे फिल्म अँड टेलिव्हिजन इन्स्टिट्यूट, कोलकता

६. व्हिसलिंग वूड्स इंटरनॅशनल

७. फिल्म अँड टेलिव्हिजन इन्स्टिट्यूट ऑफ इंडिया, पुणे

८. मात्रिकाज् फिल्म स्कूल

९. नॅशनल इन्स्टिट्यूट ऑफ डिझाईन, अहमदाबाद

१०. रीजनल गव्हर्मेंट फिल्म अँड टेलिव्हिजन, गांधीनगर, गुजरात

११. (आरजीएफटीआय), गुवाहाती.

१२. सिटी पल्स इन्स्टिट्यूट ऑप फिल्म अँड टेलिव्हिजन, गांधीनगर, गुजरात

१३. इंडियन फिल्म अँड टेलिव्हिजन इन्स्टिट्यूट (आयएफटीआय), मेरठ

१४. गव्हर्मेंट फिल्म अँड टेलिव्हिजन इन्स्टिट्यूट, जयपूर

१५. आर्या फिल्म अँड टेलिव्हिजन अकॅडमी, जयपूर

१६. एजेके मास कम्युनिकेशन रीसर्च सेंटर, जामिया मिलिया इस्लामिया, नवी दिल्ली

१७. बिजू पटनाईक फिल्म अँड टेलिव्हीजन इन्स्टिट्यूट, कटक

१८. सेंटर फॉर अडव्हान्स्ड् मीडीया स्टडीज् पतियाळा.

१९. डिपार्टमेंट ऑफ कल्चर अँन्ड मीडिया स्टडीज सेंट्रल युनिव्हर्सिटी ऑफ राजस्थान

२०. सृष्टी स्कूल आर्ट अँड टेन्कोलॉजी, बंगलुरु ,कर्नाटक

३. भारतीय भाषा आणि साहित्य

भारतीय भाषा

भारतीय भाषा या मुख्यत्वेकरून दोन भाषाकुलांतून येतात. भाषांचा पहिला गट इंडो-आर्यन आहे, ज्यात ७४ टक्के भाषा येतात तर दुसऱ्या म्हणजे द्रविडी भाषांमध्ये २३ टक्के भाषा येतात. तिबेटो-बर्मन व ऑस्ट्रोएशियाटिक भाषाकुलातून बाकी भाषांचा उगम आहे. त्याशिवाय काही गौण भाषा आहेत. भारताची कोणतीही अधिकृत राष्ट्रीय भाषा नाही. भारतीय राज्यघटनेनुसार भारतीय गणराज्याची अधिकृत भाषा ही देवनागरी लिपीतील प्रमाणित हिंदी असून इंग्रजी ही दुय्यम अधिकृत भाषा आहे. या गोष्टीला उच्च न्यायालयाची मान्यता आहे. घटनेच्या आठव्या अनुसूचित असलेल्या सर्वच भाषा भारताच्या राष्ट्रीय भाषा आहे, असा उल्लेख कधी कधी केला जातो, परंतु त्याला विधिमान्यता नाही.

भारतीय लोकांच्या भाषा, बोलीभाषा आणि पोटभाषांची संख्या शेकड्यांत आहे. १९६१ च्या जनगणनेत १६५२ भाषा दिलेल्या आहेत. दहा लाखाहून अधिक लोक बोलतात अशा ३० भाषा आहेत, तर दहा हजारांहून अधिक लोक बोलतात अशा १२२ भाषा आहेत. तीन हजार वर्षांहूनही अधिक काळाच्या भाषासंपर्काच्या इतिहासात वर सांगितलेल्या भारतीय व दक्षिण अशियाई चार भाषाकुलांतील भाषांचा परस्परांवर उल्लेखनीय प्रभाव दिसून येतो. ज्या दोन संपर्क भाषांनी भारताच्या इतिहासात महत्त्वाची भूमिका बजावली त्या आहेत, पर्शियन व इंग्रजी.

२००४ मध्ये भारत सरकारने अशी घोषणा केली की, ज्या भाषा काही विशिष्ट निकषावर खऱ्या ठरतील, त्यांना अभिजात भारतीय भाषा असा दर्जा बहाल करण्यात येईल. आतापर्यंत हा दर्जा प्राप्त झालेल्या भाषा तमिळ (२००४), संस्कृत (२००५), कन्नड व तेलगु (२००८) आणि मल्याळम् (२०१३) या आहेत. ओडिया भाषेलाही हा दर्जा देण्याची शिफारस भारत सरकारच्या भाषा तज्ज्ञांच्या

समितीने केली आहे. संस्कृत भाषेला भारतीय संविधानाच्या ३५१ व्या कलमात हिंदी भाषेचा कार्यालयीन दर्जा वाढविण्यासाठी मूल स्त्रोत भाषा असे आधीपासूनच म्हणण्यात आले आहे. अभिजात भाषेचा दर्जा प्राप्त करण्यासाठी पुढील पात्रता निकष लावले जातील असे २००६ च्या सरकारी प्रसिद्धी पत्रकात सांगितले आहे.

* त्या भाषेतील आरंभीची पुस्तके/नोंदविलेला इतिहास किमान १५०० ते २००० वर्षे इतका प्राचीन असावा,

* ज्याला वक्त्यांच्या अनेक पिढ्यांनी अमूल्य ठेवा असे मानले आहे असा प्राचीन वाङ्मय / संहिता यांचा एक जथा त्या भाषेत असावा,

* अन्य कोणत्याही भाषेतून उसनी न घेतलेली आद्य साहित्यिक परंपरा असावी.

* अभिजात व आधुनिक भाषा / साहित्य हे एकमेकांपासून भिन्न असावे, अभिजात भाषा व तिचे नंतरचे स्वरूप किंवा शाखा यांच्यामध्ये खंडसुद्धा असू शकतो.

भारतीय साहित्य

भारतीय साहित्याचा इतिहास इसवीसनापूर्वी १४०० किंवा त्याच्याही आधीचा आहे. त्या काळचे जवळजवळ सर्व साहित्य संस्कृत भाषेत होते. चार वेद व शंभराहूनही अधिक उपनिषदे, महाभारत, रामायण यासारखी महाकाव्ये यांचा समावेश भारतातीलच नव्हे तर जगातील सर्वांत जुन्या साहित्यात केला जातो. तामिळ भाषेतील साहित्याचा उगम मानले जाणारे संगम साहित्य इसवी सनापूर्वी ६०० ते ३०० या काळातील आहे. यात २३८१ काव्यरचना आहेत. पतंजली यांची योगसूत्रे, शंकराचार्यांचे विवेकचूडामणी, शांकरभाष्य वगैरे ग्रंथ म्हणजे जगासाठी अजरामर ठेवाच आहे.

चौदाव्या आणि अठराव्या शतकांच्या मधल्या कालखंडात भारतीय साहित्यामध्ये एक मोठा बदल घडून आला. कबीर, तुलसीदास, नानक, मीराबाई, ज्ञानेश्वर, तुकाराम अशा संतकवींच्या रचना या काळातल्याच आहेत. भक्तीमार्गाचे सहज सुंदर विवेचन यात आपल्याला दिसते. सामान्य नागरिकांना पूर्वीच्या संस्कृत वाङ्मयाचा आस्वाद घेणे दिवसेदिवस कठीण होऊ लागले होते. त्यामुळे संत कवींनी प्राकृत भाषेत केलेल्या या रचना जनमानसाच्या हृदयाला जाऊन भिडल्या. एकोणीसाव्या शतकात इंग्रजी सत्तेच्या संपर्कामुळे व परदेशी विचारांच्या प्रभावामुळे आपल्या देशातील साहित्यात सामाजिक व राजकीय प्रश्नांबाबतची जाणीव दिसू लागली. विसाव्या शतकात सुप्रसिद्ध बंगाली कवी व कादंबरीकार रविन्द्रनाथ टागोर यांची

भारतीय साहित्यावर फारच मोठी छाप पडलेली दिसून येते.

आधुनिक भारतीय साहित्य, लेखक, कवी - भारतासारख्या बहुभाषिक व खंडप्राय देशातील साहित्याचा व लेखक किंवा कवींचा आढावा घेणे, हा तर एका स्वतंत्र्य पुस्तकाचा विषय आहे. थोडक्यात सांगण्यात कोणा प्रसिद्ध लेखक किंवा कवीवर अन्याय होण्याचीच शक्यता नाकारता येत नाही. तरीही पुढील माहिती उद्बोधक ठरेल.

ए. पी. जे. अब्दुल कलाम आपल्या देशाचे अकरावे राष्ट्रपती हे त्यांच्या रॅकिट्स व मिसाइल्ससाठी जितके प्रसिद्ध आहेत तितकेच त्यांच्या विविध पुस्तकांसाठीही. विंग्ज ऑफ फायर (अग्निपंख), इग्नायटेड माइंड्स, इंडिया २०२०, सायंटिस्ट टू प्रेसिडेंट अशी त्यांची लोकप्रिय पुस्तके वेगवेगळ्या भारतीय भाषांत भाषांतरित झाली आहेत. एकंदर पुस्तकांची संख्या ५० असून त्यांचा वाचकवर्ग समाजातल्या सर्व थरांत विखुरलेला आहे.

चेतन भगत आयआयटी दिल्लीच्या या माजी विद्यार्थ्याची साहित्यातील भरारी खरोखरच आश्चर्यजनक आहे. त्यांच्या चार कादंबऱ्यांवर चित्रपट काढले गेले

आहेत. फाइव्ह पॉइंट समवन, द थ्री मिस्टेक्स ऑफ माय लाइफ, वन नाइट ॲट द कॉल सेंटर, टू स्टेट्स् या मूळ इंग्रजी कादंबऱ्या वेगवेगळ्या भारतीय भाषांत भाषांतरित झाल्या आहेत. त्याशिवाय टाइम्स ऑफ इंडिया वृत्तपत्रात त्यांचे लेख वेळोवेळी प्रसिद्ध होत असतात.

रस्किन बाँड यांची दोनशेहूनही अधिक पुस्तके प्रकाशित झाली असून त्यांना इंग्रजी भाषेतील लेखनासाठी साहित्य अकॅडमी पुरस्कार मिळालेला आहे. त्यांनी लहान मुलांसाठी भरपूर लेखन केले असून त्यांच्या नावावर अनेक कादंबऱ्याही आहेत.

खुशवंतसिंग पद्मभूषण, पद्मविभूषण व पंजाब रत्न हे बहुमान मिळालेल्या खुशवंतसिंगाची पत्रकार म्हणून प्रदीर्घ कारकीर्द अजूनही लोकांच्या स्मरणात आहे. दीडशेहून अधिक पुस्तकांद्वारे त्यांनी नर्म विनोदी शैलीत आपली मते परखडपणे लोकांसमोर मांडली आहेत.

सलमान रशदी मिडनाइट्स् चिल्ड्रेन, सॅटानिक व्हर्सेस या पुस्तकांद्वारे प्रसिद्धी पावलेल्या या लेखकांला बुकर पुरस्कार मिळाला आहे. फ्रान्स सरकारतर्फे साहित्यक्षेत्रातील बहुमोल योगदानासाठी असलेला सर्वोच्च किताब व इंग्लंडच्या सरकारकडून सर हा किताब मिळाला आहे.

अमिश त्रिपाठी हे आयआयएम कोलकत्ता मध्ये शिक्षण घेतलेले बँकेत काम करणारे अर्थशास्त्रातील तज्ज्ञ आपला १४ वर्षांचा व्यावसायिक अनुभव बाजूला ठेवून लेखनाकडे वळले, कारण त्यांचे पहिले पुस्तक द इम्मॉर्टल्स ऑफ मेलुहा- द स्टोरी ऑफ शिवा प्रचंड लोकप्रिय झाले. त्यानंतर त्यांनी शिवावर एकूण तीन पुस्तके लिहिली आहेत, ज्यांना अमाप प्रसिद्ध मिळाली आहे.

रविंदर सिंग मायक्रोसॉफ्टसारख्या कंपनीतील प्रोग्राम मॅनेजरचे काम सोडून पूर्ण वेळ लेखनाला देणाऱ्या या लेखकाला तरुण पिढीतल्या वाचकवर्गात भरपूर लोकप्रियता मिळाली आहे.

सुब्रतो बागची माइंड ट्री या जगविख्यात कंपनीचे हे सह-संस्थापक असून आघाडीची वृत्तपत्रे व नियतकालिकांमधून ते भरपूर लिखाण करीत असतात. उद्योजक व व्यावसायिकांसाठी त्यांनी लिहिलेली पुस्तके वाखाणली गेली आहेत. रविंद्रनाथ टागोर साहित्यक्षेत्रातील नोबेल पारितोषिकाचे एकमेव भारतीय विजेते. महान तत्त्वचिंतक व लेखक आणि कवी. प्रचंड साहित्यसाधना. त्यांच्या नावावर एकूण ४८७ पुस्तके आहेत. त्यांच्या अनेक कादंबऱ्यांवर चित्रपट काढले गेले आहेत. भारतीय राष्ट्रगीत जन गण मन हे ही त्यांनीच लिहिले आहे.

विक्रम सेठ कॉमनवेल्थ रायटर्स प्राइझ व डब्ल्यू. एच्. स्मिथ साहित्य पुरस्काराने सन्मानित असलेल्या या लेखकाची चाळीसाहून अधिक पुस्तके प्रसिद्ध झालेली आहेत.

रॉबिन शर्मा द मंक हू सोल्ड हिज फेरारी या पुस्तकाद्वारे जगभरात लोकप्रियता मिळालेल्या या लेखकाची पुस्तके सत्तरहून अधिक भाषांतर व पन्नासाहून अधिक देशात प्रकाशित होत आहेत. आत्मविकास आणि नेतृत्व या विषयांवर त्यांची जवळपास १३५ पुस्तके आहेत.

झुम्पा लाहिरी यांचे पहिले पुस्तक म्हणजे एक लघुकथांचा संग्रह होता. त्याला ललित साहित्यातील पुलित्झर पारितोषिक मिळाले. त्यांच्या दुसऱ्या पुस्तकावर (द नेमसेक) एक चित्रपट काढला गेला. त्याशिवाय ओ हेनरी पारितोषिक व पेन/हेमिंगवे पारितोषिकाचा मानसुद्धा प्राप्त झाला आहे.

आर के नारायण मालगुडी डेज या सुप्रसिद्ध पुस्तकाचे लेखक त्यांच्या विनोदी शैलीसाठी नावाजलेले आहेत. पद्मभूषण किताबाचे मानकरी असलेल्या या लेखकाची शंभराहून अधिक पुस्तके प्रकाशित झाली आहेत.

मुन्शी प्रेमचंद अतिशय सोप्या व रसाळ हिंदी व उर्दू भाषेत विपुल साहित्य रचना (तीनशेहूनही अधिक पुस्तके) करणाऱ्या या लेखकाची लोकप्रियता भारतात व भारताबाहेरही आहे. त्यांची काही नावाजलेली पुस्तके म्हणजे पाच परमेश्वर, मंत्र, प्रेम पूर्णिमा, रामकथा वगैरे.

सत्यजित रे चित्रपट निर्माता, दिग्शदर्शक म्हणन जगप्रसिद्ध असलेल्या सत्यजित रे यांना ३२ राष्ट्रीय पुरस्कार, सर्वोत्कृष्ट दिग्दर्शनासाठी रजतपदक, मानद ऑस्कर, दादासाहेब फाळके पुरस्कार व भारतरत्न मिळाले आहे हे सर्वश्रुत आहे. त्याशिवाय त्यांची दोनशेहून अधिक पुस्तके प्रकाशित झालेली आहेत ज्यात लहान मुलांसाठी लिहिलेल्या गोष्टींचा प्रामुख्याने समावेश आहे.

दीपक चोप्रा पेशाने डॉक्टर असूनही योग, आयुर्वेद, तत्त्वज्ञान यांचे मिश्रण असलेली उद्बोधक व आत्मविकासाला पोषक अशी साडेचारशेहून अधिक पुस्तके यांच्या नावे प्रकाशित झालेली आहेत. पूर्व आणि पश्चिम यांचा मनोहारी संगम त्यांच्या लिखाणात दिसून येतो.

शिव खेडा यू कॅन विन या १९९८ मध्ये प्रकाशित झालेल्या पुस्तकाच्या दहा लाखावर प्रती खपल्या व त्याद्वारे अनेक लोकांच्या जीवनात सकारात्मक बदल घडून आले. या लेखकाची बहुतेक पुस्तके प्रेरणादायी व सकारात्मक विचार करण्यास उद्युक्त करणारी असतात.

अरुंधती रॉय- बुकर पुरस्कार, सिडनी शांती पुरस्कार, सांस्कृतिक स्वातंत्र्य पुरस्कार अशा अनेक पुरस्कारांनी नावाजलेल्या या लेखिकेची सर्वात लोकप्रिय कादंबरी गॉड ऑफ स्मॉल थिंग्ज ही आहे. सद्य परिस्थिती, राजकारण या विषयांवर भरपूर लेखन व पन्नासहून अधिक पुस्तके प्रकाशित.

सुधा मूर्ती- वाइज अँड अदरवाइज, महाश्र्वेता वगैरे पुस्तकांच्या लेखिका समाजकार्यातही पुढाकार घेण्यासाठी प्रसिद्ध आहेत. सिस्टिम अॅनॅलिस्ट, शिक्षिका अशा अनेक भूमिका सांभाळून त्यांनी अतिशय मार्मिक शैलीत लिखाण केले आहे. कानडी, मराठी, तेलगु, हिंदी व इंग्रजी भाषेत त्यांचे साहित्य उपलब्ध आहे.

आर के लक्ष्मण- आपल्या देशातील सुप्रसिद्ध व्यंगचित्रकार व पद्मभूषण असलेल्य या महान कलाकाराची पन्नासहून अधिक पुस्तके (बहुतांश व्यंगचित्रांचीच) प्रसिद्ध झाली आहेत व त्यांच्या कॉमन मॅन या व्यक्तिरेखेमुळे त्यांना सर्वसामान्य माणसाकडून उत्स्फूर्तपणे दाद मिळते आहे. शब्दांपेक्षाही बोलकी चित्रे हे त्यांचे वैशिष्ट्य आहे.

अमर्त्य सेन- शंभराहून अधिक पुस्तके त्यांच्या नावावर आहेत व अर्थशास्त्रातील नोबेल पारितोषिकाचे ते मानकरी आहेत. गरीबी व उपासमारी याविषयीवरील त्यांचे लिखाण अतिशय अभ्यासपूर्ण आहे.

अंकित फाडिया, संजीव कपूर, राम चरण, गुलझार, अमिताभ घोष, नीता मेहता, तरला दलाल, शशी थरूर, रश्मी बन्सल, शोभा डे, रवी सुब्रह्मण्यम्, रामचंद्र गुहा, अश्विन सहगल, कमला दास, गिरीश कर्नाड, अनिता देसाई, तसलिमा नसरीन, व्ही एस नायपॉल, मुल्क राज आनंद, अमृता प्रीतम, देवदत्त पट्टनाईक, किरण देसाई, विक्रम चंद्र, रोहिंटन मिस्त्री, कुलदीप नायर, अनिता नायर, विजय तेंडुलकर, भारती मुखर्जी, चित्रा बॅनर्जी दिवाकरुणी, अमित चौधरी, उपमन्यू चॅटर्जी, गीता मेहता, किरण नगरकर, विकास स्वरूप, कुणाल बासु, मोहसिन हमीद, दव्यप्रकाश दुबे, किशोर चौधरी, अरविंद अडिगा अशा अनेक लेखकांची नावे देशात व जगभरात प्रसिद्ध आहेत. सर्वांची माहिती या पुस्तकात देणे शक्य नसल्याने केवळ नामोल्लेख करीत आहे.

★★★

४. आधुनिक शिक्षण पद्धती

भारतातील शिक्षण व्यवस्था

भारतामध्ये शिक्षणाची व्यवस्था खाजगी किंवा सरकारी नियंत्रणाखाली असते. केंद्र, राज्य आणि स्थानिक नगरपालिका अशा तीन स्त्रोतांमधून सरकारी शाळांचा निधी पुरविला जातो. तक्षशिला हे इ.स.पू. पाचशेवर्षापूर्वीचे जुन्यात जुने विद्यापीठ होते, परंतु त्याला विद्यापीठ मानावे की नाही या बद्दल मतभेद आहेत. नालंदा येथील विद्यापीठ मात्र निर्विदवादपणे हल्लीच्या विद्यापीठाच्या व्याख्येत बसणारे जुन्यात जुने विद्यापीठ म्हणता येईल. ब्रिटिश राज्यात पाश्चात्य शिक्षण पद्धती भारतीय समाजात रुजवली गेली.

भारतीय राज्यघटनेनुसार शिक्षण हा एक मूलभूत हक्क मानला गेला आहे. भारतातील शिक्षण पद्धतीसंबंधित काही जबाबदाऱ्या केंद सरकारच्या अखत्यारीत येतात तर बाकी सर्व बाबतीत राज्य सरकारांना पूर्ण स्वायत्तता दिलेली आहे. भारतातील बहुसंख्य विद्यापीठे राज्य किंवा केंद्र सरकारांच्या नियंत्रणाखाली चालविली जातात. प्राथमिक शिक्षणाच्या प्रसाराचे प्रयत्न जोरात चालले आहेत व त्याला बऱ्याच अंशी फळ मिळाले आहे. साक्षरतेचे प्रमाणे आता लोकसंख्येच्या जवळपास तीन चतुर्थांश इतके झाले आहे. भारताच्या आर्थिक प्रगतीचे साक्षरतेतील वाढ हे एक प्रमुख कारण असल्याचे मानले जाते. खाजगी संस्थांद्वारे मिळणाऱ्या शिक्षणाचे प्रमाण २००८ मध्ये फक्त पाच टक्के किंवा ४० अब्ज डॉलर्स इतके होते. २०१२ मध्ये ते वाढून ७० अब्ज डॉलर्स इतके झाले आहे. उच्च शिक्षण तसेच वैज्ञानिक संशोधन वगैरे अजूनही सरकारी स्तरावरील शिक्षणसंस्थांपुरते मर्यादित आहे.

२०१२ मध्ये वार्षिक शैक्षणिक स्थितीदर्शक अहवालानुसार सहा ते चौदा वर्षे या वयोगटातील ९६.५ टक्के ग्रामीण भागातील मुलीमुलांची प्राथमिक शाळांत नाव नोंदणी झालेली होती. हा ९६टक्क्यावरील नावनोंदणीचा चौथा वार्षिक अहवाल

आहे. सर्व ग्रामीण मुलांपैकी ८३ टक्के १५-१६ वयोगटातील मुलांची नावे शाळांमधून नोंदवलेली होती. परंतु या आकड्यांच्या पलीकडे जाऊन शिक्षणाच्या दर्जावर अधिक लक्ष केंद्रीत करण्याची आवश्यकता आहे.

२०१३ च्या ऑल इंडिया काउन्सिल ऑफ टेक्निकल एज्युकेशन (एआयसीटीई) च्या अहवालानुसार, देशामध्ये ३५२४ हूनही अधिक संख्येने डिप्लोमा व पोस्ट-डिप्लोमा देणाऱ्या शिक्षण संस्था आहेत व त्यात दरवर्षी बारा लाख विद्यार्थ्यांना प्रवेश मिळण्याची क्षमता आहे. त्याचबरोबर देशात इंजिनियरिंगची पदवी प्रदान करणारी ३४९५ महाविद्यालये असून त्यात दरवर्षी १७ लाख विद्यार्थ्यांना प्रवेश देण्याची क्षमता असल्याचेही या अहवालात नमूद केले आहे. प्रत्यक्षात मात्र बारा लाख विद्यार्थ्यांनी प्रवेश घेतला होता. व्यवस्थापन क्षेत्रात ३,८५,००० जागा आहेत तर संगणक शास्त्रातील पदव्युत्तर शिक्षणासाठी असलेल्या जागांची संख्या एक लाखावर आहे. फार्मसी शिक्षणासाठी १,२१,००० जागा उपलब्ध आहेत. टेक्निकल डिप्लोमा व डिग्री शिक्षणासाठी एकंदर ३४ लाख जागा दरवर्षी उपलब्ध असात.

युनिव्हर्सिटी ग्रँटस् कमिशनच्या २०१० मध्ये अहवालानुसार विज्ञान, मेडिकल, ॲग्रिकल्चर व इंजिनियरिंग या सर्व क्षेत्रात मिळून ६५ लाखावर विद्यार्थी शिक्षण घेत

मुंबई विद्यापीठ आधुनिक भारतातील तीन सर्वात जुन्या विद्यापीठांपैकी एक. १८५७ संस्थापित

आहेत. यात अजून एक उल्लेखनीय बाब अशी की दिवसे-दिवस इंजिनियरिंग क्षेत्रात प्रवेश घेणाऱ्या स्त्रियांची संख्या गेल्या दहा-बारा वर्षांत म्हणजे २००१ मध्ये तुलनेत दुप्पट झाली आहे. आपल्या देशात अनुसूचित जाती व जमातींसाठी तसेच अन्य मागास वर्गीयांसाठी उल्लेखनीय संख्येने आरक्षित जागा असतात. अशा आरक्षित जागांची संख्या वेगवेगळ्या राज्यांत वेगवेगळी असते परंतु सरकारी विद्यापीठे / महाविद्यालये / शिक्षणसंस्थांमध्ये किमान पन्नास टक्के जागा आरक्षित असतात

भारतातील शिक्षण पद्धत पूर्व-प्राथमिक, प्राथमिक, माध्यमिक, पदवी व पदव्युत्तर अशा निरनिराळ्या स्तरांत विभागलेली आहे. राष्ट्रीय शैक्षणिक संशोधन व प्रशिक्षण मंडळ (एनसीईआरटी) ही भारतातील शालेय शिक्षणक्रमाविषयीची शिखर संस्था आहे. शिक्षणविषयक धोरणे राबवण्यामध्ये भारतातील अनेक शाळांना एनसीईआरटी आधार व तांत्रिक सहाय्य पुरवते. शालेय शिक्षण प्रणालीचे व्यवस्थापन करणाऱ्या पुढील संस्था भारतात कार्यशील आहेत.

* राज्य सरकारची शिक्षण मंडळे यात बहुसंख्य मुलांचा समावेश होतो.

* केंद्रीय माध्यमिक शिक्षण मंडळ (सीबीएससी) तर्फे दोन परीक्षा घेतल्या जातात. दहावीची ऑल इंडिया सेकंडरी स्कूल एक्झामिनेशन (एआयएसएसई) आणि बारावीची ऑल इंडिया सीनीयर सेकंडरी स्कूल सर्टिफिकेट एक्झामिनेशन (एआयएसएसीई)

* काऊन्सिल फॉर द इंडियन स्कूल सर्टिफिकेट एक्झामिनेशन (सीआयएससीई) तर्फे तीन परीक्षा घेतल्या जातात. दहावीची इंडियन सर्टिफिकेट ऑफ सेकंडरी एज्युकेशन (आयसीएसई), बारावीची इंडियन स्कूल सर्टिफिकेट (आयएससी) आणि बारावीची सर्टिफिकेट इन व्होकेशनल एज्युकेशन (सीव्हीई)

* नॅशनल इन्स्टिटयूट ऑफ ओपन स्कूलिंग (एनआयओसी) तर्फे दोन परीक्षा घेतल्या जातात. सेकंडरी एक्झामिनेशन आणि सीनीयर सेकंडरी एक्झामिनेशन (ऑल इंडिया) आणि व्यावयासिक शिक्षणातील काही अभ्यासक्रमही घेतले जातात.

* इंटरनॅशनल बॅकॅलॉरिएट कार्यक्रमांशी आणि / अथवा केम्ब्रिज इंटरनॅशनल एक्झामिनेशन्स् यांच्याशी संलग्न आंतरराष्ट्रीय असतात किंवा ॲडमिनीस्ट्रेटल शाळा.

* इस्लामिक मदरसे ज्यांची मंडळे दारउल उलूम देओबंद किंवा स्थानिक राज्य सरकारे यांच्याशी संलग्न असतात किंवा स्वायत्त असतात.

* वूडस्टॉक स्कूल्स किंवा श्री अरबिंदो इंटरनॅशनल सेंटर ऑफ एज्युकेशन, आनंद मार्ग गुरूकुल यांसारख्या स्वायत्त शाळा.

या व्यतिरिक्त शिक्षण प्रणालीचे व्यवस्थापन व शिक्षकांच्या मान्यताप्राप्तीच्या क्षेत्रात

नॅशनल युनिव्हर्सिटी फॉर एज्युकेशनल प्लॅनिंग अँड ॲडमिनिस्ट्रेटर (एनयूईपीए) व नॅशनल काऊन्सिल फॉर टीचर एज्युकेशन (एनसीटीई) कार्यरत आहेत.

१०+२+३ पद्धती

केंद्रीय व बहुतेक राज्यस्तरीय शिक्षण मंडळे "१०+२+३" शिक्षणपद्धतीचा अवलंब करतात. या पद्धतीअंतर्गत १० वर्षे शालेय शिक्षण, नंतर २ वर्षे कनिष्ठ महाविद्यालय व त्यानंतर ३ वर्षे महाविद्यालयीन पदवी शिक्षण अशी व्यवस्था आहे. १० वर्षांच्या शालेय शिक्षणात ५ वर्षे प्राथमिक, ३ वर्षे उच्च प्राथमिक व २ वर्षे माध्यमिक असे विभाजन केलेले आहे. १९६४-६६ च्या शिक्षण आयोगाच्या शिफारसीनुसार या पद्धतीची सुरुवात झाली आहे.

भारतातील प्राथमिक शिक्षण पद्धती

चौदा वर्षांपर्यंतच्या मुला-मुलींसाठी प्राथमिक शिक्षण ही भारत सरकारची प्राथमिकता आहे. त्याशिवाय सरकारने बालमजुरीवर प्रतिबंध घालण्याचा कायदाही केलेला आहे. तथापि, भारतातील आर्थिक विषमता व सामाजिक परिस्थिती या कारणांमुळे विनाशुल्क शिक्षण व बालमजुरीवरील प्रतिबंध या गोष्टी अंमलात आणणे अतिशय अवघड आहे. देशातील ८० टक्के प्राथमिक शाळा सरकारतर्फे चालविल्या जातात किंवा त्यांना सरकारी अनुदान मिळते.

शालेय विद्यार्थी, मुंबई

विनाशुल्क आणि सक्तीच्या शिक्षणाचा हक्क मुलांना देणारा कायदा २००९ मध्ये पास केला गेला आहे. भारतामध्ये प्राथमिक शिक्षकांची संख्या ५८ लाखांहून अधिक तर माध्यमिक शिक्षकांची संख्या २१ लाखांहून अधिक आहे. शिक्षणाचा दर्जा उंचावण्यासाठी सरकारतर्फे हरप्रयत्न चालू आहेत. डीईआरपी म्हणजे डिस्ट्रिक्ट एज्युकेशन रीव्हायटलायझिंग प्रोग्राम १९९४ मध्ये सुरू केला गेला. त्याला केंद्र सरकारने ८५ टक्के तर राज्य सरकारांनी १५ टक्के अर्थसहाय्य दिले. या कार्यक्रमांतर्गत एक लाख साठ हजार नवीन शाळा उघडण्यात आल्या. गेल्या तीन वर्षांत काही राज्यांमध्ये ९३ ते ९५ टक्के मुलेमुली शाळेत जाऊ लागली. नव्यानेच सुरू झालेल्या सर्व शिक्षा अभियानात मुलींच्या शिक्षणावर भर दिला गेला आहे. युनिसेफ सारख्या संस्थाही सहाय्य देत असतात. तरीही या प्रयत्नांमध्ये अनेक त्रुटी आहेत. शिक्षकांचे प्रशिक्षण चांगल्या दर्जाचे नसते, विद्यार्थी/शिक्षक गुणोत्तर अतिशय मोठे असते, शिक्षणासाठीची संसाधाने अपुरी असतात, विशिष्ट वयानंतर मुलेमुली शाळा सोडतात वगैरे.

भारतामध्ये असलेल्या ब्रिटिशांच्या प्रभावामुळे पब्लिक स्कूल या शब्दाचा

अर्थ बिनसरकारी उच्चभ्रू शिक्षण संस्था असा केला जातो. पूर्वी संस्थानिकांनी आपापल्या राज्यात अशा संस्था स्थापित केल्या होत्या. उदा. राजकुमार कॉलेज, राजकोट जे भारतातील सर्वांत जुने पब्लिक स्कूल समजले जाते. शिक्षणाचे माध्यम इंग्रजी असले तरी हिंदी आणि / अथवा राज्याची स्थानिक भाषा पण अनिवार्य विषय म्हणून शिकविला जातो. पूर्व-प्राथमिक शिक्षण हे बहुतेक ठिकाणी परिसरातील बालवाडी किंवा नर्सरी शाळांमधून देण्यात येते व या क्षेत्रात फार थोड्या संघटित शाळा किंवा संस्था आढळतात.

नुकत्या प्रसिद्ध झालेल्या अंदाजानुसार भारतातील ८० टक्के शाळा सरकारी आहेत. परंतु कदाचित त्यातील शिक्षणाचा दर्जा तितकासा चांगला नसल्यामुळे भारतातील २७ टक्के मुले खाजगी शाळांत शिक्षण घेतात. शहरी क्षेत्रात तर अर्ध्यांहून अधिक विद्यार्थी खाजगी शाळांत जात असल्याची आकडेवारी आहे. ग्रामीण भागातही हे लोण हळुहळू पसरते आहे व २० टक्के मुले खाजगी शाळात जात असल्याचे निदर्शनास आले आहे.

सरकारी शाळांपेक्षा खाजगी शाळात विद्यार्थी/शिक्षक गुणोत्तर अधिक चांगले असते आणि महिला शिक्षकांचे प्रमाणही वरचढ असते. खाजगी शाळांमध्ये शिक्षण घेणाऱ्या विद्यार्थ्यांचे प्रमाण प्राथमिक शिक्षणात २१ टक्के तर माध्यमिक शिक्षणात ३२ टक्के आहे असे फोर्ट्रेस टीम रीसर्च या संस्थेची आकडेवारी सांगते.

१९८६ च्या नॅशनल पॉलिसी ऑन एज्युकेशनच्या अनुसार पर्यावरणाबद्दलची जागरुकता, सायन्स आणि टेक्नॉलॉजी एज्युकेशन आणि योगासारख्या पारंपारिक घटकांचा माध्यमिक शिक्षणात समावेश करणे अपेक्षित आहे. १४ ते १८ वयोगटातील मुलेमुली माध्यमिक शिक्षणात समाविष्ट केली जातात व २००१ सालच्या जनगणनेनुसार त्यांची संख्या साडेआठ कोटी इतकी आहे.

आपल्या देशातील सामाजिकदृष्ट्या मागासलेल्या वर्गाला माध्यमिक शिक्षण मिळावे यावर नेहमीच भर दिला गेला आहे. स्वत:चा कल असलेल्या व्यवसायात त्यांना प्रवेश करणे सुलभ व्हावे यासाठी प्रस्थापित संस्थातील व्यावसायिकांना पाचारण करून त्यांच्या करवी विद्यार्थ्यांना धंदेवाईक प्रशिक्षण देण्याचे प्रयत्नही या शिक्षण प्रणालीत केले जातात. सर्व शिक्षा अभियान ही पायाभूत शिक्षणाच्या सार्वत्रिकीकरणासाठी सुरू केलेली केंद्र सरकारची महत्त्वाकांक्षी योजना आहे. त्याचाच एक भाग म्हणून माध्यमिक शिक्षा अभियान हा माध्यमिक शिक्षणाच्या प्रसारासाठी असलेला उपक्रम आहे.

इंटीग्रेटेड एज्युकेशन फॉर डिसएबल्ड चिल्ड्रेन नावाचा एक विशेष कार्यक्रम

१९७४ मध्ये सुरू केला गेला होता ज्यात प्राथमिक शिक्षणावर भर दिला होता. नंतर यात बदल करून त्यात माध्यमिक टप्प्यावरील सर्वसमावेशक शिक्षणही समाविष्ठ करण्यात आले होते. केंद्र सरकारच्या वारंवार बदल्या होतात व देशभरात कोठेही त्या असू शकतात. त्यांच्या मुलांच्या शिक्षणाची आबाळ होऊ नये व त्यांना कोठेही एकाच धर्तीचे शिक्षण प्राप्त व्हावे यासाठी 'केंद्रीय विद्यालय' हा कार्यक्रम १९६५ सालापासून राबविला जात आहे. सर्व केंद्रीय विद्यालयांतील अभ्यासक्रम एकसारखा असतो व त्यामुळे पालकांची नोकरीनिमित्ताने कोठेही बदली झाली तरी त्याचे दुष्परिणाम त्यांच्या मुलांच्या शिक्षणावर होत नाहीत.

उच्च शिक्षण

एचएससी किंवा उच्च माध्यमिक परीक्षा पास झाल्यावर विद्यार्थी कला, वाणिज्य किंवा विज्ञान अथवा इंजिनियरिंग, मेडिकल किंवा लॉ या व्यावसायिक शिक्षणशाखांमधील पदवीच्या शिक्षणासाठी महाविद्यालयात प्रवेश घेऊ शकतात. चीन व अमेरिकेच्या पाठोपाठ भारतातील उच्च शिक्षणाची प्रणाली जगात तिसऱ्या क्रमांकावर आहे. या स्तरावरील शिक्षणाचे नियंत्रण व व्यवस्थापन युनिव्हर्सिटी ग्रँटस् कमिशनच्या हाती सोपवलेले आहे. यूजीसी या विषयांत सरकारला सल्ला देणे, त्याचे मानदंड निश्चित करणे व राज्य व केंद्र सरकार यांच्यातील समन्वय साधणे अशी कामे करते. उच्च शिक्षण देणाऱ्या संस्थांना मान्यता देण्याचे कामही यूजीसीने प्रस्थापित केलेल्या बारा स्वायत्त संस्थांमार्फत केले जाते. भारतातील शिक्षणक्षेत्र पुष्कळच प्रगत आहे व भविष्यकाळात जगातील सर्वांत मोठे शिक्षणाचे हब भारत असेल असे तज्ज्ञांचे मानणे आहे. २००९ पर्यंत आपल्या देशात २० केंद्रीय, २१५ राज्यस्तरीय व १०० डीम्ड् विश्वविद्यालये होती. त्याशिवाय ३३ राष्ट्रीय महत्त्वाच्या इन्स्टिटय़ूट्स् आणि पाच राज्य अधिनियमांतर्गत प्रस्थापित व कार्यरत शिक्षणसंस्था होत्या. या विश्वविद्यालयाशी संलग्न असलेल्या महाविद्यालयांची संख्या सोळा हजार होती. ज्यापैकी १८०० केवळ महिलांसाठी असलेली महाविद्यालये होती. या तिसऱ्या (प्राथमिक हा पहिला स्तर, माध्यमिक हा दुसरा स्तर) स्तरावरील शिक्षणाचा भर विज्ञान व तंत्रज्ञानावर आहे. डिस्टन्स लर्निंग हासुद्धा भारतातील शिक्षणक्षेत्राचा एक महत्त्वाचा भाग आहे. आपल्या सरकारने राष्ट्रीय उच्चतर शिक्षा अभियान प्रस्थापित करून राज्यांना उच्चतर व तंत्रज्ञानाच्या संस्थांसाठी निधी देऊ केला आहे. त्या अंतर्गत ३१६ विश्वविद्यालये व १३ हजारांहून अधिक महाविद्यालयांचा समावेश आहे.

आयआयटीज् सारख्या भारतीय शैक्षणिक संस्थांना विश्वभरातून इंजिनियरिंग

क्षेत्रातील शिक्षणासाठी मान्यता व ख्याती प्राप्त झाली आहे. तथापि, मूलभूत वैज्ञानिक संशोधन व नवसृजनाच्याबाबती आयआयटीज् फारसे काही करू शकत नाहीत. विज्ञान व गणित या विषयांतील मूलभूत संशोधनासाठी इंडियन असोसिएशन फॉर कल्टिव्हेशन ऑफ सायन्स (आयएसीएस), इंडियन इन्स्टिटयूट ऑफ सायन्स (आयआयएससी) टाटा फंडामेंटल रीसर्च, हरिश्चंद्र रीसर्च या संस्था नावाजलेल्या आहेत. तरीही आपल्या देशात सरकारी व खाजगी सेक्टरमध्ये जागतिक दर्जाच्या विश्वविद्यालयांची उणीव आहे, असे खेदाने नमूद करावे लागते.

आयआयटी

इंडियन इन्स्टिटयूट्स् ऑफ टेक्नॉलॉजी (आयआयटी) म्हणजे इंजिनियरिंग आणि व्यवस्थापनाच्या शिक्षणासाठी असलेल्या भारतातील स्वायत्त संस्थांचा समूह आहे. आयआयटीजूचे व्यवस्थापन इन्स्टिटयूस् ऑफ टेक्नॉलॉजी अधिनियम, १९६१ च्या अनुसार केले जाते. यात त्यांना राष्ट्रीय महत्त्वाच्या संस्था म्हणून घोषित केले आहे व त्यांची कर्तव्ये, प्रशासनाची चौकट व सत्ता या संबंधीचे नियम दिलेले आहेत. या अधिनियमांतर्गत भुवनेश्वर, चेन्नई, दिल्ली, गांधीनगर, गौहाती, हैदराबाद, इंदोर, जोधपूर, कानपूर, खरगपूर, मंडी, मुंबई, पटना, रोपड, रूडकी आणि वाराणसी या १६ ठिकाणी स्थित संस्थांची यादी दिली आहे. प्रत्येक आयआयटी एक स्वायत्त संस्था आहे व त्यांच्या प्रशासनाचे पर्यवेक्षण करणाऱ्या एका सामायिक आयआयटी काउन्सिलद्वारा इतर आयआयटींबरोबर जोडलेली आहे. आयआयटीमधून बी.टेक. पासून पीएचडी पर्यंतच्या पदव्या दिल्या जातात. आयआयटीमध्ये प्रवेश मिळविण्यासाठी एक सामाजिक प्रवेश प्रणाली आहे जिला आयआयटी-जेईई असे नाव होते. आता २०१३ पासून त्या परीक्षेचे नाव जॉइंट एन्ट्रन्स एक्झामिनेशन (संयुक्त प्रवेश परीक्षा) असे आहे. एम. टेक ची इंजिनियरिंग विषयातील पदवी देण्याच्या शिक्षणक्रमाचे प्रशासन जुन्या आयआयटींच्या मार्फत केले जाते. (खरगपूर, मुंबई, कानपूर, दिल्ली, मद्रास, वाराणसी, गौहाती रूडकी), एम. टेक.साठी प्रवेश देण्याचा आधार गेट म्हणजे ग्रॅज्युएट ॲप्टिट्युड टेस्ट इन इंजिनिअररिंग (जीएटीई) ही परीक्षा असते. या शिक्षणक्रमांच्या प्रवेशासाठी, कॉमन ॲडमिशन टेस्ट (सीएटी) जॉइंट ॲडमिशन टेस्ट टु एमएससी (जेएएम) आणि कॉमन एन्ट्रन्स एक्झमिनेशन फॉर डिझाईन (सीईईडी) या प्रवेश परीक्षा आहेत. आयआयटीच्या माजी विद्यार्थ्यांनी विविध व्यवसायात यश प्राप्त केलेले आहे. पुढील कोष्टकात आयआयटीसंबंधी अधिक माहिती दिली आहे.

नाव	संस्थापनावर्ष शहर/गाव	राज्य	वेबसाईट
आयआयटीभुवनेश्वर	२००८	ओडिसा	www. iitbbs.ac.in
आयआयटी मुंबई	१९५८	महाराष्ट्र	www.iitb.ac.in
आयआयटी दिल्ली	१९६३ (१९६१ मध्ये स्थापित)		www.iitd.ac.in
आयआयटी गांधीनगर	२००८	गुजरात	www. iitbbs.ac.in
आयआयटी गौहाती	१९९४	आसाम	www.iitg.ac.in
आयआयटी हैदराबाद	२००८	आंध्रप्रदेश	www.iith.ac.in
आयआयटी इंदोर	२००९	मध्यप्रदेश	www.iiti.ac.in
आयआयटी जोधपूर	२००८	राजस्थान	www.iitj.ac.in
आयआयटी कानपूर	१९५९	उत्तरप्रदेश	www.iitk.ac.in
आयआयटी खरगपूर	१९५१	प. बंगाल	www.iitkgp.ac.in
आयआयटी मद्रास	१९५९	तमिलनाडू	www.iitm.ac.in
आयआयटी मंडी	२००९	हिमाचल प्रदेश	www.iitmandi.ac.in
आयआयटी पटना	२००८	बिहार	www.iitp.ac.in
आयआयटी रूडकी	२००१ (१८४७ मध्ये स्थापित)	उत्तराखंड	www.iitr.ac.in
आयआयटी रोपड	२००८ रूपनगर	पंजाब	www.iitrpr.ac.in
आयआयटी (बहिंयु)	२०१२ (१९१९ मध्ये स्थापित)	उत्तरप्रदेश	www.iitbhu.ac.in

आयआयटीमध्ये अंतरित करण्याचे वर्ष

भविष्यातील आयआयटी

इंडियन स्कूल ऑफ माइन्सला आयआयटीमध्ये अंतरित करण्याचा प्रस्ताव गेली काही वर्षे विचाराधीन असून लवकरच त्याला मूर्त स्वरूप येण्याची शक्यता आहे.

आयआयटीज् ना अन्य इंजिनियरिंग महाविद्यालयांपेक्षा बराच अधिक निधी प्राप्त होतो. प्रत्येक आयआयटीसाठी दर वर्षी सर्वसाधारणपणे ९० ते १३० कोटी रुपयांचे सरकारी अनुदान उपलब्ध केले जाते, तर अन्य इंजिनियरिंग महाविद्यालयांना अंदाजे १० ते २० कोटी रुपयांचे अनुदान दर वर्षी प्राप्त होते. आयआयटीला त्याशिवाय विद्यार्थ्यांचे शुल्क, संशोधनासाठी उद्योगसमूहांकडून मिळणारे अर्थसहाय्य

व माजी विद्यार्थ्यांकडून मिळणाऱ्या देणग्या अशा विविध प्रकारची आवक असते. आयआयटीमध्ये दर सहा ते आठ विद्यार्थ्यांसाठी एक शिक्षक असे गुणोत्तर असते. आयआयटीच्या काउन्सिलच्या स्टँडिंग कमिटीच्या शिफारसीनुसार हे गुणोत्तर कमीत कमी नवास एक असले पाहिजे. आयआयटीमधील विद्यार्थ्यांचे ८० टक्के शुल्क अर्थसहाय्यातून चुकवले जाते. ठाकर कमिटी (१९५९-६१) च्या शिफारशीनुसार एम्. टेक. तसेच पी. एचडी. करणाऱ्या सर्व विद्यार्थ्यांना शिष्यवृत्ती मिळते. राष्ट्रीयदृष्टीने विशेष महत्त्वाच्या संस्था असा दर्जा प्राप्त असल्यामुळे आयआयटीज्चे कार्य स्वायत्तपणे व सुरळीत चालते. त्यात कोणत्याही प्रकारचा प्रादेशिक किंवा विद्यार्थ्यांच्या राजकारणाचा हस्तक्षेप नसतो. त्यांचे अभ्यासक्रम ठरविण्याचे स्वातंत्र्य त्यांना असल्यामुळे बदलत्या शैक्षणिक गरजांनुसार ते शीघ्रपणे बदलू शकतात. त्यांच्या कामात नोकरशाहीतर्फे कोणतीच ढवळाढवळ होत नाही. प्राध्यापकांची नेमणूक किंवा अभ्यासक्रम व त्यातील फेरफार अशा अंतर्गत धोरणांच्या बाबतीत सरकारचे कोणतेही थेट नियंत्रण नसते. आयआयटीच्या काउन्सिलवर फक्त एक सरकारी प्रतिनिधी सदस्य म्हणून असतो. सर्व आयआयटीज्मध्ये शिक्षणाचे माध्यम इंग्रजी असते. प्रत्येक आयआयटीमध्ये सर्व प्रकारची पाठ्यपुस्तके असणारी ग्रंथालये विद्यार्थ्यांना मुक्तपणे वापरता येतात. आधुनिक तंत्रज्ञानाच्या विकासाद्वारे इलेक्ट्रॉनिक लायब्ररी उपलब्ध केलेली असते, ज्यात वैज्ञानिक नियतकालिके व जर्नल्स वगैरेंचा ऑनलाईन ॲक्सेस असतो. नॅशनल प्रोग्राम ऑन टेक्नॉलॉजी एनहान्स्ड् लर्निंग (तंत्रज्ञानाद्वारे प्रगत शिक्षणाच्या राष्ट्रीय कार्यक्रम) द्वारे विविध क्षेत्रातील तज्ज्ञांच्या व्याख्यानांचे व्हिडीओज् आयआयटीज् आणि आयआयएससीज्मध्ये मानव संशोधन विकास मंत्रालयाच्या पुढाकाराने http://nptel.iitm.ac.in/ या वेबसाईटवर उपलब्ध केले गेले आहेत.

आयआयटीज्मधील सर्वसामान्य पदवी म्हणजे बॅचलर ऑफ टेक्नॉलॉजी असते व सर्वाधिक विद्यार्थी या पदवीसाठी आयआयटीमध्ये प्रवेश घेतात. त्या व्यतिरिक्त मास्टर ऑफ सायन्स किंवा मास्टर ऑफ आर्ट्स् यांचे एकीकरण केलेली पदवीसुद्धा आयआयटीतून मिळू शकते. बी. टेक हा चार वर्षांचा किंवा आठ सेमिस्टर्सचा कोर्स असतो तर दुहेरी पदवी किंवा एकीकृत पदवीचा कोर्स पाच वर्षांचा किंवा दहा सेमेस्टर्सचा असतो. सर्व आयआयटीज्मध्ये पहिल्या वर्षी सर्व विद्यार्थ्यांना एकाच प्रकारचे विषय शिकविले जातात ज्यात केमिस्ट्री, फिजिक्स, इलेक्ट्रिकल, मेकॅनिकल, इलेक्ट्रॉनिक या सर्व विभागांचे मूलभूत शिक्षण दिले जाते. काही आयआयटीज्मध्ये विभागाच्या मूलभूत माहितीपर विषयसुद्धा शिकविला जातो. पहिल्या वर्षाअखेर विद्यार्थ्यांच्या कामगिरीनुसार त्यांना शाखा (इलेक्ट्रिकल, मेकॅनिकल,

केमिकल इ.) बदलण्याचा पर्याय उपलब्ध असतो. या बदलाचे निकष अतिशय कडक असतात व फारच थोड्या विद्यार्थ्यांना बदल मिळतो. दुसऱ्या वर्षानंतर आपापल्या शाखेचे विषय शिकविले जातात. त्या व्यतिरिक्त अन्य विभागांचे प्रगत विषय घेणे अनिवार्य असते, ज्यायोगे त्यांचे शिक्षण अधिक विस्तृत व्हावे अशी अपेक्षा असते. काही समाजशास्त्र, व्यवस्थापन आणि कला विभागातील विषय घेणेदेखील अनिवार्य असते. यामुळे विद्यार्थ्यांचे व्यक्तिमत्त्व अष्टपैलू होण्यात मदत होते. शेवटच्या वर्षात बहुतेक विद्यार्थ्यांना कोणत्यातरी उद्योग कंपनीत किंवा संस्थांमध्ये काम मिळवून देण्याचा प्रयास त्या त्या आयआयटीच्या प्लेसमेंट विभागातर्फे केला जातो. काही विद्यार्थी पुढील शिक्षणाचा पर्याय निवडतात किवा स्वत:हून एखाद्या कंपनीत कामासाठी अर्ज करतात.

पदव्युत्तर शिक्षण आयआयटीज्मध्ये मास्टर ऑफ टेक्नॉलॉजी (एम.टेक.) मास्टर ऑफ बिझिनेस ॲडमिनिस्ट्रेशन (एमबीए) (केवळ इंजिनियर्स आणि विज्ञानातील पदव्युत्तर स्त्रोतकांसाठी), मास्टर ऑफ सायन्स (एमएससी) असे शिक्षणक्रम उपलब्ध आहेत. काही आयआयटीज्मध्ये विशेष शिक्षणक्रम आहेत. उदा. पोस्ट ग्रॅज्युएट डिप्लोमा इन इन्फॉर्मेशन टेक्नॉलॉजी, मास्टर इनमेडिकल सायन्स अँड टेक्नॉलॉजी, मास्टर ऑफ सिटी प्लॅलिंग, मास्टर ऑफ आर्टर्स्, पोस्ट ग्रॅज्युएट डिप्लोमा इन इंटालेक्युअल प्रॉपर्टी, मास्टर ऑफ डिझाइन, पोस्ट ग्रॅज्युएट डिप्लोमा इन मेरिटाइम ऑपरेशन अँड मॅनेजमेंट वगैरे. डॉक्टरल एज्युकेशन प्रोग्रामच्या अंतर्गत आयआयटीमधून डॉक्टर ऑफ फिलॉसॉफी (पी एचडी) देखील मिळवता येते. या अभ्यासक्रमात एक गाईडच्या हाताखाली विशिष्ट विषयावर संशोधन किंवा उद्योगक्षेत्रातील कंपन्यांना सल्ला देण्याचे काम करावयाचे असते. पीएचडीसाठी लागणारा कालावधी अनिश्चित असतो. पीएचडी मिळवण्यासाठी डिझर्टेशन तयार करावे लागते व तज्ज्ञांसमोर स्वत:चा विषय तोंडी समजावून देणे व त्यांच्या शंकांचे समाधान करणे आवश्यक असते. या विद्यार्थ्यांना बहुतेक वेळी संशोधन किंवा अध्यापनासाठी असिस्टंटशिप देऊ केली जाते. आयआयटीज् एनआयटीज् आणि आयआयएससी या संस्थांमधून इंजिनियरिंग विषयातील ८० टक्के पीएचडी पदव्या दिल्या जातात. आयआयटीज्मध्ये हल्ली अन्य कॉलेजमधील विद्यार्थ्यांना पीएचडीसाठी प्रवेश मिळवण्यासाठी गेट परीक्षा देणे अनिवार्य राहिले नाहीये.

सर्व आयआयटीमध्ये शिक्षणाच्या संपूर्ण कालावधीत सर्व विद्यार्थ्यांसाठी कॅंपसवर राहण्याची सोय होस्टेलमध्ये केलेली असते. त्याच बरोबर सर्व प्राध्यापक व रीसर्च स्कॉलर्ससुद्धा कॅंपसवरच राहतात. सर्व आयआयटीज्मध्ये बास्केटबॉल,

क्रिकेट, हॉकी, फूटबॉल, व्हॉलीबॉल, टेनिस, बॅडमिंटन, ॲथलॅटिक्स, स्विमिंग अशा सर्व क्रीडा प्रकारंच्या उत्तम दर्जाच्या सोयी असतात. पहिल्या वर्षी विद्यार्थ्यांनी एनसीसी किंवा एनएसएस किंवा एनए,ओ यापैकी एक पर्याय निवडायचा असतो.

सर्व आयआयटीज्‌मध्ये दरवर्षी जानेवारी ते मार्च महिन्यांदरम्यान तीन-चार दिवसांचा एक तंत्रज्ञान महोत्सव साजरा केला जातो. या महोत्सवांची नावे अशी आहेत, शास्त्र (आयआयटी मद्रास), क्षितिज (आयआयटी खरगपूर), टेकफेस्ट (आयआयटी मुंबई), कॉगनिझन्स (आयआयटी रूडकी), एनव्हिजन (आयआयटी हैदराबाद), अमालथीआ (आयआयटी गांधीनगर), टेकनेक्स (आयआयटी बीएचयू), टेककृति (आयआयटी कानपूर), ट्रिस्ट (आयआयटी दिल्ली), टेकनिश (आयआयटी गौहाती), विस्सेनायर (आयआयटी पाटणा) आणि आयजीएनयूएस (आयआयटी जोधपूर) बक्षीसाची रक्कम व सहभागी होणाऱ्यांची संख्या या दोन्ही बाबतीत टेकफेस्ट हा अशियामधील सर्वाधिक लोकप्रिय व मोठा तंत्रज्ञानविषयक महोत्सव आहे. विद्यार्थ्यांना विज्ञान व तंत्रज्ञान या विषयांत स्वत:ची प्रतिभा व्यक्त करण्याचे उत्तम व्यासपीठ उपलब्ध करून देण्याबद्दल या महोत्सवाला युनेस्कोतर्फे आश्रय व मान्यता मिळाली आहेत. विद्यार्थ्यांनी चालवलेली व गुणवत्ता व्यवस्थापन प्रणालीचे अवलंब करून आयएसओ ९००१-२००१ प्रमाणप्रत्र मिळविणारी जगातील पहिलीच इव्हेन्ट असण्याचा बहुमान शास्त्राला मिळाला आहे. प्रायोजकांकडून सर्वाधिक रक्कम मिळविण्यात क्षितिज प्रथम स्थानावर आहे. व्यवस्थापन व तंत्रज्ञान या दोन्ही गोष्टींवर सारखाच भार देण्यामुळे क्षितिजला वेगळेच महत्त्व प्राप्त झाले आहे.

आयआयटीज्‌मध्ये सांस्कृतिक महोत्सवदेखील साजरे केले जातात. त्यापैकी आयआयटी मुंबईतील मूड इंडिगो हा महोत्सव सर्वाधिक लोकप्रिय व अशियामधील सर्वांत मोठा महाविद्यालयीन सांस्कृतिक महोत्सव मानला जातो.

आयआयटी मुंबईमध्ये परफॉर्मिंग आर्ट्स् फेस्टिव्हल (पीएएफ) दर वर्षी साजरा केला जातो. प्रत्येक पीएएफमध्ये नाटक, साहित्य, संगीत, ललितकला, वादविवाद आणि नृत्य यांचा समावेश असतो. सर्व पीएएफ ओपन एअर थियेटरमध्ये होतात. रंगमंचावरील कलाकारांचा आवाज रंगमंदिर खुले असल्याने प्रेक्षकांपर्यंत पोहोचण्यास अडचण असते, त्यामुळे सर्व संवाद व्हॉइस ओव्हर पद्धतीने प्रेक्षकांपर्यंत पाठविण्याची व्यवस्था केलेली असते.

आयआयटीज्‌चे महत्त्वपूर्ण स्थान लक्षात घेता आयआयटीमधून प्राप्त झालेल्या पदवीला एआयसीटीई (ऑल इंडिया काऊन्सिल फॉर टेक्निकल एज्युकेशन) ची मान्यता प्राप्त करून घेण्याची आवश्यकता नसते. आयआयटी-जेईई आणि गेट या

परीक्षांचा दर्जा आयआयटीज्मधील पदवीच्या दबदब्यापाठचा एक मोठा घटक आहे. यामुळे खरोखर हुशार विद्यार्थी निवडले जातात व नंतर त्यांना मिळणाऱ्या उत्तम शिक्षणामुळे आयआयटीमधून बाहेर पडणाऱ्या प्रत्येक विद्यार्थ्याची विशेष लायकी निर्माण होते. बहुतेक विद्यार्थ्यांनी नंतर मिळवलेल्या व्यावसायिक किंवा अध्ययनविषयक यशामुळे एक आयआयटी ब्रँड प्रस्थापित झाला आहे. यामागील अन्य कारणे म्हणजे आयआयटीमध्ये शिकणाऱ्या अध्यापकांच्या भरतीविषयक निकष आणि उद्योग-व्यवसायांबरोबरील सहकार्य होत. आयआयटीमध्ये शिकवणारे सर्वच किमान पीएचडी तरी असतातच. आयआयटीच्या माजी विद्यार्थ्यांनी जगभरात नावलौकिक कमावला आहे. अमेरिकेच्या संसदेने भारतीय अमेरिकन्स् आणि त्यामध्ये खास करून आयआयटीचे पदवीधर यांनी अमेरिकन समाजासाठी केलेल्या भरघोस कार्याचा गौरव करणारा ठराव मांडला होता. त्याचप्रमाणे चीनसारख्या देशानेही आयआयटीज्चे मूल्य ओळखले आहे व त्यांच्या देशात याच धर्तीवर तंत्रज्ञानाचे शिक्षण देण्याची योजना आखली आहे. भारतातील आउटलूक इंडिया, इंडिया टुडे अशा नियतकालिकांनी केलेल्या सर्वोत्कृष्ट इंजिनियरिंग कॉलेजसच्या यादीत पहिल्या दहा सात आयआयटीज्चा क्रमांक आहे. जगभरातील सर्वोत्कृष्ट इंजिनियरिंग शिक्षण संस्थांच्या २०१२ मध्ये यादीत फक्त तीन भारतीय संस्था पहिल्या तीनशेमध्ये स्थान मिळवू शकल्या होत्या. आयआयटी दिल्ली (२१२), आयआयटी मुंबई (२२७) आणि आयआयटी कानपूर (२७८).

आयआयटीज्वर वेगवेगळ्या कारणांसाठी माध्यमांतून व शिक्षणक्षेत्रातही टीका केली जाते. त्यापैकी काही महत्त्वाच्या मुद्द्यांचा येथे थोडक्यात परामर्श घेऊ या.

पहिला आक्षेप हा ब्रेन ड्रेन किंवा प्रतिभा पलायन हा आहे. ज्या विद्यार्थ्यांना देश भरपूर अर्थसहाय्य देऊन उच्च शिक्षण प्राप्त करून देतो, त्यापैकी बहुतांश विद्यार्थी परदेशात जातात. हा आक्षेप १९९० पर्यंत अतिशय रास्त होता. तथापि आता हा कल बदलू लागला आहे. तीन शिक्षणानंतर परदेशात त्याहीपुढचे शिक्षण व नंतर नोकरी करणारे बरेच जण भारतात परत येऊ लागले आहेत. त्याशिवाय आयआयटीचे माजी विद्यार्थी त्यांच्या शिक्षणसंस्थांना भरघोस देणग्या देऊन काही अंशीतरी त्यांच्यावरील ऋणाची परतफेड करतांना दिसत आहेत. तसेच परदेशी राहणारे भारतीय आपल्या कुटुंबासाठी भरपूर पैसे पाठवितात ज्याद्वारे भारताला परकीय चलन मिळते, हाही एक फायदा नाकारता येत नाही. १९९० नंतर आर्थिक उदारीकरणाचे धोरण राबविण्यात आल्यावर भारतातच प्रतिभावान उद्योजकांसाठी चांगल्या संधी उपलब्ध होऊ लागल्या, अमेरिका व युरोपमधील

मोठ्या कंपन्यांनी आउटसोर्सिंग सुरू केले व त्यामुळे प्रतिभा पलायन बऱ्याच अंशी कमी झाले.

दुसरा आक्षेप असा की आयआयटीमध्ये प्रवेश मिळविण्यासाठी परीक्षा अतिशय स्पर्धात्मक असल्याने गावोगावी आयआयटी जेईईची तयारी करून घेणाऱ्या खाजगी संस्थांचे पेव फुटले आहे. भरपूर शुल्क आकारणाऱ्या शिकवण्या घेणे हा एक व्यवसाय झाला असून श्रीमंत आई-बापांचा किंवा विशिष्ट भौगोलिक प्रदेशातील मुलांना त्याचा फाजिल लाभ मिळतो आहे. २००९ चे रसायनशास्त्रातील नोबेल पारितोषिक विजेते वेंकटरामन रामकृष्णन् यांनी त्यांचे पालक त्यांना शिकवणी वर्गात घालण्याच्या विरुद्ध असल्यामुळे त्यांना आयआयटी किंवा मेडिकलमध्ये प्रवेश मिळू शकला नव्हता असे सांगितले होते. सर्वच विद्यार्थी एकसारख्या अभिक्षमतेचे नसतात व त्यांच्यात वेगळ्या क्षेत्रातील किंवा प्रकारची कौशल्ये असू शकतात. अशा तक्रारींमुळे २००६ मध्ये आयआयटी प्रवेश परीक्षांचे प्रारूप बदलण्यात आले. याचा उद्देश जरी शिकवणी वर्गावरील अवलंबन कमी करण्याचा होता, तरी त्याचा तितकासा परिणाम झाल्याचे वाटत नाही. यातील वस्तुनिष्ठ परीक्षेच्या प्रारूपाला अनेकांनी विरोध दर्शविला ज्यात बहुसंख्य आयआयटी आहेत. त्यांच्यामते पूर्वीच्या परीक्षेत विद्यार्थ्यांचे मूळ विषयाचे ज्ञान व त्याचा अज्ञान प्रश्न सोडविण्यासाठी करावा लागणारा उपयोग, हे कसोटीला लागत होते, जे आता होत नसल्यामुळे विद्यार्थ्यांची गुणवत्ता कमी होत आहे. परीक्षेच्या भाषा माध्यमाविषयी देखील बरीच टीका होत असते. प्रादेशिक भाषा म्हणजे तमिळ, तेलगु, मराठी, बंगाली, गुजराती वगैरे माध्यमात आधीचे शिक्षण घेतलेल्या मुलांपेक्षा इंग्रजी किंवा हिंदी माध्यमात शिक्षण घेतलेल्याना या परीक्षा पद्धतीत अवाजवी फायदा होतो असाही आक्षेप आहे. प्रादेशिक भाषेत प्रवेश परीक्षा न घेणे, हे घटनेच्या चौदाव्या कलमाच्या विरुद्ध आहे, या मुद्द्यावर गुजरात व तामिलनाडु येथील उच्च न्यायालयात याचिका दाखल करण्यात आल्या आहेत.

आआयटीच्या माजी विद्यार्थ्यांची संख्या २००८ सालापर्यंत एक लाख सत्तर हजारांहूनही अधिक होती. आयआयटीचे माजी विद्यार्थी आपण जेथे शिक्षण घेतले त्या संस्थेशी निष्ठावंत असतात आणि भारतात व देशाबाहेर अनेक आयआयटी माजी विद्यार्थी संघटना क्रियाशील आहेत. आयआयटीचे माजी विद्यार्थी देणग्या देऊन अथवा आयआयटीच्या विद्यार्थ्यांना नोकरीमध्ये प्राधान्य देऊन आपल्या शिक्षणसंस्थेचे ऋण फेडण्याचा प्रयास करतात. माजी विद्यार्थ्यांच्या देणग्यांमधून विनोद गुप्ता स्कूल ऑफ मॅनेजमेंट आयआयटी खरगपूरमध्ये तर आणि शैलेश जे मेहता स्कूल ऑफ मॅनेजमेंट आयआयटी मुंबईमध्ये आकाराला आली आहेत.

आयआयटीचे अनेक माजी विद्यार्थी सुप्रसिद्ध उद्योजक आहेत. त्यांपैकी उल्लेखनीय नावे म्हणजे एन आर नारायण मूर्ती (इन्फोसिस कंपनीचे सहसंस्थापक आणि चेअरमन) राजेंद्र एस. पवार (एनआयआटी संस्थेचे सहसंस्थापक), विनोद खोसला (सन मायक्रोसिस्टिम्स्‌चे सहसंस्थापक), सधन दत्त (यांनी कुलजियन कॉर्पोरेशन ही भारतातील पहिली खाजगी सल्लागार कंपनी सुरू केली.) अजित गुप्ता (संस्थापक, अध्यक्ष आणि सीईओ आर्यका), अनुराग दीक्षित (सहसंस्थापक पार्टी गेमिंग) सुहास एस. पाटील (संस्थापक आणि चेअरमन सिर्रस लॉजिक) उच्च पदावर काम करणाऱ्या काही माजी विद्यार्थ्यांची नावे अशी आहेत. निकेश अरोरा (गूगल), अरुण सरीन (व्होडाफोन), व्हिक्टर मेंझेस (सिटिग्रुप), अर्जुन मल्होत्रा (हेडस्ट्राँग), मोहन साहनी (मॅककॉर्मिक ट्रिब्यून), कंवल रेखी (नॉव्हेल). आयआयटीच्या काही माजी विद्यार्थ्यांनी राजकारणातही नाव कमावले आहे. त्यांची नावे अशी आहेत. कृष्ण कांत भारताचे पूर्व-उपराष्ट्रपती, मनोहर पर्रिकर भारताचे संरक्षणमंत्री, अरविंद केजरीवाल आम आदमी पार्टीचे अध्यक्ष व दिल्लीचे मुख्यमंत्री, जयराम रमेश केंद्रीय मंत्री. त्याशिवाय डी. सुब्बाराव हे भारतीय रिझर्व्ह बँकेचे पूर्वीचे, तर रघुराम राजन हे सध्याचे गव्हर्नर आहेत. सुशांतकुमार भट्टाचार्य यांना पद्मभूषण तर कोटा हरिनारायन या सुप्रसिद्ध वैज्ञानिकांना पद्मश्री मिळाले आहे, बिनतारी तंत्रज्ञानात मोठे काम केलेले आरोग्यस्वामी पौलराज यांनाही पद्मभूषण मिळाले आहे. नरेंद्र करमरकर यांना त्यांच्या गणितामधल्या अल्गोरिदमसाठी अनेक राष्ट्रीय व आंतरराष्ट्रीय पारतोषिके मिळाली आहेत. पुलिकेल अजयन यांचे नाव नॅनोटेक्नॉलॉजीमधील कार्बन नॅनोट्यूब्ज संबंधित पायाभूत कार्यासाठी प्रसिद्ध आहे. चेतन भगत यांचे नाव त्यांनी लिहिलेल्या अनेक कादंबऱ्यांसाठी सुप्रसिद्ध आहे. नंदन निलेकणी यांचे नाव आधारकार्ड योजनेमुळे सर्वतोमुख झालेले आहे. आयआयटीच्या कर्तबगार माजी विद्यार्थ्यांची यादी खूपच मोठी आहे व सर्वांची नावे येथे देणे शक्य नाही.

★★★

५. आधुनिक जीवनासाठी आवश्यक संसाधने

वीज

आपल्या देशात विद्युतनिर्मितीची एकंदर क्षमता २०५३४० मेगावॅट असून त्यापैकी १३६४३६ मेगावॅट औष्णिक, ४७८० मेगावॅट आण्विक, ३९२९१ मेगावॅट जलविद्युत तर २४८३३ मेगावॅट अपारंपारिक स्त्रोतांतून मिळणारी वीज आहे. देशातील विद्युतनिर्मितीमध्ये आघाडीवर असलेल्या दहा राज्यांची आकडेवारी पुढील कोष्टकात दिली आहे.

राज्य केंद्रशासित	एकूण विद्युत निर्मिती क्षमता	औष्णिक	आण्विक	जलविद्युत	अपारंपारिक स्त्रोत
भारत	२०५३४०.२६	१३६४३६.१८	४७८०	३९२९१.०४	२४८३२.६८
महाराष्ट्र	२८३१०.८३	२०३५४.७२	६९०.१४	३३३१.८४	३९३४.१३
गुजरात	२३८८७.५४	१८८४१.३२	५५९.३२	७७२	३७१४.९
तामिळनाडू	१८३८२.१३	८२१७.३३	५२४	२१३७.२	७५०३.६
आंध्रप्रदेश	१६८१७.१३	११७७१.०८	२७५.७८	३७३४.५३	१०३५.७४
उत्तरप्रदेश	१३६८२.९९	१०८२२.८७	३३५.७२	१८२१.४२	७०२.९८
कर्नाटक	१३४६५.४४	६३५५.६५	२५४.८६	३५९९.८	३२५५.१३
राजस्थान	१०२४७.४८	५७७७.१३	५७३	१५२७.८	२३६९.५५
मध्यप्रदेश	९०८५.४६	५१०६.१५	२७३.२४	३२२३.६६	४८२.३१
प.बंगाल	८५०७.२९	७२२९.५४	०	११२६.३	१६१.४५
हरयाना	७५७३.२५	५९८७.२१	१०९.१६	१३४३.१८	११३.७

जल संसाधने-

जल संसाधने म्हणजे पाण्याचे उपयुक्त असलेले किंवा उपयुक्त होऊ शकतील असे स्त्रोत. पाण्याची उपयुक्तता शेती, उद्योग, घरगुती (पिणे, अन्न शिजवणे, आंघोळ व अन्य स्वच्छता आणि झाडांसाठी), मनोरंजन व पर्यावरणीय कारणांसाठी असते. मानवी जीवनासाठी बहुतेक वेळा गोड्या पाण्याचाच वापर केला जातो. या पृथ्वीवरील ९७ टक्के पाणी खारे आहे व उरलेल्या ३ टक्के गोड्यापाण्यापैकी दोन तृतीयांश पाणी उत्तर व दक्षिण ध्रुवावरील बर्फाच्या व इतरत्र असलेल्या हिमनद्यांच्या रुपात म्हणजेच गोठलेल्या अवस्थेत आहे. उरलेल्या गोड्या पाण्याचा बहुतेक हिस्सा जमिनीखाली किंवा थोडा जमिनीच्या वर असतो. काही अंश हवेत बाष्पाच्या रूपात असतो.

गोडे पाणी हे नुतनीकरणयोग्य संसाधन आहे, परंतु जगातील गोड्या पाण्याचा साठा दिवसेंदिवस कमी होत चालला आहे. जमिनीच्या पृष्टभागावरील पाणी तळी, नद्या,ओढे वगैरे स्वरूपात उपलब्ध असते. हे पाणी वातावरणातील उष्णतेमुळे; सतत होत असलेल्या बाष्पीभवनाने वाफेत रुपांतरित होत असते. त्या शिवाय समुद्राच्या खाऱ्या पाण्यात मिसळून आणि पृष्टभागाखाली झिरपून ते सतत कमी होत असते. त्याची भरपाई करण्यासाठी लागणारे नवे गोडे पाणी निर्माण करणारी सर्वात मोठी शक्ती म्हणजे नैसर्गिक रित्या पडणारा पाऊस. फक्त पावसाळ्यातील चार महिने मिळणारे पावसाचे गोडे पाणी बारा महिने पुरविण्याच्या उद्देशाने ते साठवून ठेवणे गरजेचे होते. त्यासाठी मानवाने धरणे बांधली, बांध घातले, त्यातून कालवे काढून शेतापर्यंत पोहोचविले. त्याचबरोबर पाण्याचा दुरुपयोग टाळण्यासाठी बाष्पीभवनाने होणारी तूट कमी करण्यासाठी नाना उपाय केले.

वाढते शहरीकरण, वाढती लोकसंख्या, वाढते प्रदूषण, या सगळ्याचा एकत्रित परिणाम म्हणजे दुर्भिक्ष्य व त्यामुळे माणसाची होणारी परवड. आजच्या युगात पाणी हे युद्धाचे कारण होण्याइतपत गंभीर परिस्थिती निर्माण झाली आहे. अशा वेळी भारतासारख्या खंडप्राय देशाने या समस्येला तोंड देण्याची काय तयारी केली आहे ते थोडक्यात पाहू या.

पाण्याच्या योग्य वितरणासाठी देशात जलसिंचन व पाटबंधाऱ्याचे जाळे केले गेले आहे. या बाबतीत पंजाब व हरियाना ही राज्ये पहिल्या दोन क्रमांकावर आहेत. अर्थातच त्यांच्यातील प्रतिहेक्टर कृषि उत्पादनही (अनुक्रमे ४.२ व ३.३टन) देशात सर्वाधिक आहे. संपूर्ण देशाचे सरासरी उत्पादन प्रति हेक्टर १.९ टन आहे. आपल्या देशातील अंदाजे ४८ टक्के शेतीला पाणीपुरवठा पाटबंधाऱ्यांमुळे होतो.

पण हे प्रमाण पंजाबमध्ये ९८ टक्के तर हरयानामध्ये ८७ टक्के आहे. या क्षेत्रातही अजून भरपूर प्रगती करण्याची आवश्यकता आहे. केवळ पावसावर अवलंबून असलेल्या शेतीला हुकमी पाणी पुरवठा मिळाल्याशिवाय उत्पादन व उत्पादकता वाढणार नाही.

त्याच बरोबर पिण्याचे स्वच्छ व सुंदर पाणी सर्वत्र उपलब्ध करण्यासाठीची व्यवस्थासुद्धा अपुरी पडते आहे. व त्यामुळे सामाजिक स्वास्थ दूषित होत आहे. आरोग्यविषयक यंत्रणा सर्वसाधारण स्वच्छता व्यवस्था, सांडपाण्याचे शुद्धीकरण व उद्योगाद्वारे होणारे पाण्याचे प्रदूषण या सर्व समस्या दिवसेंदिवस गंभीर होत चालल्या आहेत. त्यावर करण्यात आलेले काही उपाय असे आहेत.

पावसाचे पाणी नुसतेच वाहून समुद्राला मिळते, किंवा जमिनीत झिरपून जाते किंवा कालांतराने त्याचे बाष्पीभवन होते. त्याच पाण्याला मोठमोठ्या टाक्यांमधे संग्रहित करून त्याचा पुढील पावसाळ्यापर्यंत वापर करण्याच्या योजना हाती घेण्यात आल्या आहेत. जमिनीखालच्या पाण्याचा स्तर खालावू नये म्हणून तमिळनाडूमध्ये नवीन बांधल्या जाणाऱ्या प्रत्येक इमारतीमध्ये पावासाच्या पाण्याच्या साठा करण्याची व्यवस्था करणे अनिवार्य केले गेले आहे. पाच वर्षातच याचे फार चांगले परिणाम दिसून आले व इतर राज्यांनी याचे अनुकरण केले. चेन्नईमध्ये जमिनीखालच्या पाण्याचा स्तर पन्नास टक्क्यांनी उंचावला. आणि पाण्याची गुणवत्ताही सुधारली. राजस्थानमधील लोकांनी पूर्वीपासूनच काही पारंपारिक पद्धती अवलंबल्या होत्या. त्याचे पुनरुज्जीवन करण्यात आले होते. उदा. जयपूर जिल्ह्यातील चौका पद्धत. पुण्यामध्ये प्रत्येक नव्या हाऊसिंग सोसायटीत पावसाच्या पाण्याचा साठा करण्याची व्यवस्था करणे अनिवार्य आहे. त्याशिवाय सोसायटी रजिस्टर केली जात नाही.

निर्मल ग्राम पुरस्कार योजनेद्वारे खेड्यापाड्यात सामाजिक जागृती करणे व उघड्यावर मलमूत्र विसर्जन करण्याचे दुष्परिणाम लोकांना समजावून देण्याचे कार्य केले जात आहे. या व स्वजलधारा सारख्या अन्य योजना राबविल्या जात आहेत. परंतु त्यांचा परिणाम अजूनही हवा तसा दिसून येत नाही.

अन्नधान्य

भारताची अर्थव्यवस्था शेतीप्रधान आहे. आपली पन्नास टक्क्यांहूनही अधिक शेती पावसावर म्हणजे निसर्गावर अवलंबून आहे. आपल्या देशातील अर्ध्याहून अधिक रोजगार शेती व तिच्याशी सलग्न कामात आहे. असलेल्या जमिनीतून अधिकाधिक उत्पादन मिळवण्यासाठी संशोधन व अन्य प्रयत्न (जलसिंचन, खते वगैरे) जोरात चालू आहेत. आता भारत अन्नधान्यांच्या बाबतीत स्वावलंबी आहे. या

विषयाची थोडी माहिती पुढे दिली आहे.

फळे,भाज्या, दूध, मसाल्याचे पदार्थ, ज्यूट, ज्वारी, बाजरी सारखी कनिष्ठ तृणधान्ये, एरंडी यांच्या उत्पादनात भारताचा जगामध्ये प्रथम क्रमांक आहे.

तांदुळाच्या उत्पादनात भारताचा जगात चीनपाठोपाठ दुसरा क्रमांक लागतो. (चीन १४३ दशलक्ष मेट्रिक टन व भारत ९९ दशलक्ष मेट्रिक टन)

गव्हाच्या उत्पादनात भारताचा जगात चीनपाठोपाठ दुसरा क्रमांक लागतो. (चीन ११७ दशलक्ष मेट्रिक टन व भारत ८६ दशलक्ष मेट्रिक टन)

साखरेच्या उत्पादनात भारताचा जगात ब्राझीलपाठोपाठ दुसरा क्रमांक लागतो. (ब्राझील ४५५ दशलक्ष मेट्रिक टन व भारत २८१ दशलक्ष मेट्रिक टन)

अनेक प्रकारचे सुके मेवे,संर्वधन केलेले मासे, डाळी, व कडधान्ये, अंडी, नारळ, ऊस व अनेक प्रकारच्या भाज्यांच्या उत्पादनामध्ये भारताचा क्रमांक पहिल्या तीन मध्ये आहे.

पशुधन व कुक्कुटपालनापासून मिळणाऱ्या मांसाच्या बाबतीत भारताचा क्रमांक पहिल्या पाचात आहे.

कृषि उत्पादनांपैकी जवळजवळ ८० टक्के वस्तूंच्या उत्पादनात भारताचा क्रमांक पहिल्या पाचात आहे.

गेल्या पन्नास साठ वर्षातील ही प्रगती निश्चितच चांगली आहे. उत्पादकतेच्या बाबतीतही गेल्या तीस चाळीस वर्षात भरपूर वाढ दिसते. १९७०-७१ साली प्रतिहेक्टर गहू व तांदूळ उत्पादन सरासरी हजार बाराशे किलो होते. ते आता अनुक्रमे २९०० व २२०० किलो झाले आहे. उस (४८ टनावरून ६८ टन) व कापसाच्या (१०० किलोवरून ५०० किलो) बाबतीत तर अजूनही उल्लेखनीय प्रगती आहे. तरीही उत्पादकतेच्या बाबतीत आपण जागतिक स्तरावर अजूनही बरेच मागे आहोत. हे नमूद करणे आवश्यक आहे.

निवाऱ्याची साधने

टाइम्स ऑफ इंडियामध्ये प्रसिद्ध झालेल्या एका बातमीनुसार आपल्या देशातील बहुसंख्य लोकांना राहण्यासाठी, झोपण्यासाठी, स्वयंपाक करण्यासाठी आंघोळ व इतर नैसर्गिक विधींसाठी मिळून दरडोई जवळपास दहा फूट गुणिले दहा फूट एवढी जागा उपलब्ध असते. शहरात ११७ वर्गफूट मोठमोठ्या शहरांतील झोपडपट्ट्यांमध्ये परिस्थिती अजूनच बिकट आहे.

विमान वाहतूक

आपल्या देशात विमान वाहतुकीच्या बाबतीत गेल्या वीस पंचवीस वर्षात

भरपूर प्रगती झाली आहे. सध्या दरमहा सरासरी पन्नास हजार उड्डाणांद्वारे अंदाजे पन्नास लाख प्रवासी देशांतर्गत विमान प्रवास करतात. त्याचबरोबर तीस हजार टन मालवाहतूक केली जाते. २०११-२०१२ या वर्षात वेगवेगळ्या विमान कंपन्यांच्या सर्व उड्डाणांमधूनही एकंदर पन्नास कोटी किमी इतका देशांतर्गत विमान प्रवास नोंदवला गेला आहे. २०११-२०१२ या वर्षात आंतरदेशीय विमान प्रवासाची आकडेवारी अशी आहे. भारतात १,८८,८२,४२८ प्रवासी आले तर १,९९,४६,३११ प्रवासी भारता बाहेर गेले. तसेच ५,२२,०६३ टन माल भारतात आला व ६,९७,२४४ टन माल भारताबाहेर गेला. स्वातंत्र्योत्तर काळात नवव्या आशियाई क्रीडा स्पर्धा भारतात दिल्ली येथे १९८२ साली भरवल्या गेल्या. या स्पर्धांच्या कारणामुळे आपल्या राजधानीत आधुनिक क्रीडेसाठीची संसाधने वसवण्यात आली. त्या नंतर अशीच संसाधने देशात अन्यत्र विकसित केली जात आहेत.

दूध उत्पादन

दूध उत्पादनाच्या क्षेत्रात भारत जगात दुसऱ्या क्रमांकावर आहे. भारताच्यापुढे युरोपियन युनियन आहे, ज्यांचे उत्पादन म्हणजे त्यांच्या २८ सदस्य देशांचे एकत्रित उत्पादन आहे. भारत दुधाची निर्यात किंवा आयात काहीच करीत नाही. सर्व उत्पादनाचा देशातच खप होतो. भारतातील दूध उत्पादनात गेल्या २० वर्षात सतत

वाढ होत आहे. १९९१-९२ साली ५५६ लाख टन उत्पादन होते, ते आता २०११-१२ साली १२७९ लाख टनापर्यंत पोहोचले आहे. दरडोई दरदिवशी किती दूध उपलब्ध होते. या आकड्यातसुद्धा चांगलीच सुधारणा दिसते. १९९१-९२ साली १७८ ग्रॅम्स या आकड्यावरून २०११-१२ मध्ये २९१ ग्रॅम्स पर्यंत वाढ झाली. या दरम्यानच्या काळात आपली लोकसंख्या ८४ कोटींवरून १२१ कोटींवर गेली, हे पण लक्षात ठेवणे आवश्यक आहे.

औषध उद्योग

भारतातील उद्योगांच्या आकारानुसार फार्मास्युटिकल उद्योगाचा क्रमांक तिसरा लागतो. २००८-०९ मध्ये फार्मास्युटिकल उद्योगाची वार्षिक उलाढाल २१ अब्ज अमेरिकन डॉलर्स होती. या पैकी देशांतर्गत मागणी १२.२६ अमेरिकन डॉलर्सची होती. २०१२ ते २०१६ या कालखंडात हा उद्योग १४ ते १७ टक्क्यांनी वाढेल असा अंदाज ब्रँड इंडिया इक्विटी फाउंडेशन या संस्थेने केला आहे. फार्मास्युटिकल क्षेत्रात जगातील पहिल्या पाच जोमाने वाढणाऱ्या बाजारपेठेत भारताचा क्रमांक लागतो. फार्मास्युटिकल्सच्या निर्यातीच्या बाबतीत २००६-०७ मधील ६.२३ अब्ज अमेरिकन डॉलर्सपासून २००८-०९ मध्ये ८.७ अब्ज अमेरिकन डॉलर्स इतकी वाढ झाली आहे. प्राइसवॉटहाऊसकूपर्स यांच्या २०१० च्या अहवालानुसार २०२० साली भारत ५० अब्ज अमेरिकन डॉलर्सची निर्यात करेल.

१९६० च्या दशकाच्या सुरुवातीपासून भारत सरकारने औषधांच्या उत्पादनाला प्रोत्साहन द्यावयास सुरुवात केली. १९७० च्या पेटंटस् कायद्यामुळे व ९० च्या

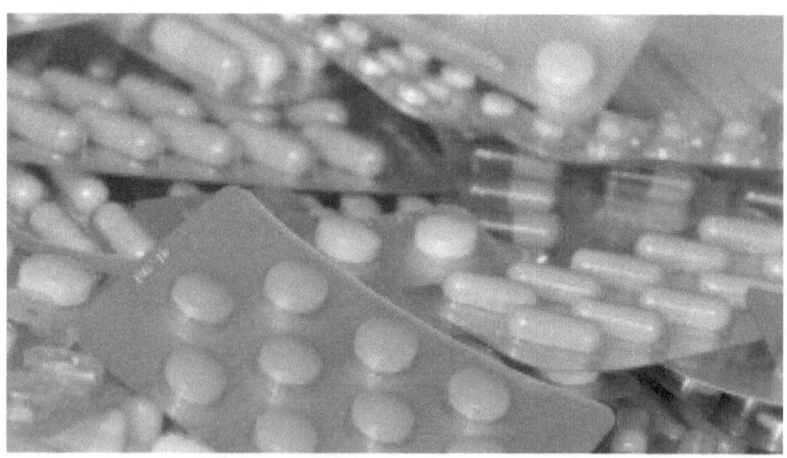

दशकातील आर्थिक उदारीकरणाच्या धोरणामुळे हे क्षेत्र झपाट्याने विकास करू शकले. पेटंट्स कायद्यानुसार पेटंट्सची कालमर्यादा पाच ते सात वर्षांची झाली, अन्नपदार्थ व औषधांच्या रासायनिक सूत्रांची पेटंट्स काढून टाकली व फक्त प्रक्रियेची पेटंट्स अबाधित ठेवली गेली. पेटंट्सच्या कायदयाचे संरक्षण नाहीसे झाल्यामुळे आंतरराष्ट्रीय कंपन्यांनी भारतातून हळुहळू काढता पाय घेतला व भारतीय कंपन्यांनी आयातपर्यायी तंत्रज्ञान वापरून आणि रिव्हर्स इंजिनियरिंग करून आपला जम बसवायला सुरुवात केली. कमी खर्चात चांगल्या गुणवत्तेची औषधीद्रव्ये निर्माण करण्यात त्यांना भरघोस यश मिळाले व भारतीय फार्मास्युटिकल उत्पादने देशात व परदेशात पसरली. काही कंपन्यांनी नवीन औषधे किंवा रासायनिक सूत्रे बनविण्यासाठी थोड्या प्रमाणात प्रयत्न केले असले, तरी बहुतांश कंपन्यांनी आयातपर्यायी तंत्रज्ञान आणि रिव्हर्स इंजिनियरिंग यावर जोर देण्याचा मार्ग अनुसरला.

भारताच्या जैव-फार्मास्युटिकल उद्योगाने सातत्याने १७ टक्के वाढ केली व २००९-१० च्या आर्थिक वर्षात १३४ अब्ज रुपयांचा धंदा केला. बायो-फार्मा, बायो-सर्व्हिसेस व बायोॲग्री या क्षेत्रात अनुक्रमे ८९, २६, व १९ अब्ज रुपयांची उलाढाल करण्यात यश मिळवले.

२०१३ साली ४६५५ प्लांट्समध्ये फार्मास्युटिकल्सचे उत्पादन केले जात आहे आणि ३४५,००० लोक या क्षेत्रात कामावर आहेत.

भारतीय रेल्वे

भारत सरकारच्या मालकीची आणि रेल्वे मंत्रालयामार्फत चालविली जाणारी भारतीय रेल्वे ही जगातील सर्वात मोठी रेल्वे आहे. डिसेंबर २०१२ पर्यंत उपलब्ध आकड्यांनुसार, भारतीय रेल्वे रोज अडीच कोटी प्रवाशांची वाहतूक करते. यातील जवळपास अर्धे प्रवासी उपनगरीय गाड्यांमधून प्रवास करतात. २०११ साली एकंदर ८.९ अब्ज लोकांनी भारतीय रेल्वेतून प्रवास केला. त्याचबरोबर रोज २८ लाख टन मालाचीही वाहतूक केली जाते. २०११-१२ मध्ये भारतीय रेल्वेचे एकंदर उत्पन्न जवळजवळ एक लाख बारा हजार कोटी रुपये होते. यापैकी मालवाहतुकीतून झालेले उत्पन्न एकूणसत्तर हजार कोटी तर बाकीचे उत्पन्न प्रवासी वाहतुकीतून झाले होते. भारतीय रेल्वेमध्ये एकंदर चौदा लाख कर्मचारी काम करतात व रोजगार देण्याच्या बाबतीत तिचा जगात नववा क्रमांक आहे.

१८५३ मध्ये मुंबई ते ठाणे ही पहिली रेल्वे गाडी भारतात धावली. १९५१ मध्ये भारतीय रेल्वेचे राष्ट्रीयीकरण केले गेले. भारतात अनेक ठिकाणी भारतीय रेल्वेच्या मालकीचे कारखाने आहेत, ज्यांमध्ये इंजिने, डबे व अन्य साधने

निर्माण केली जातात. भारतीय रेल्वेने स्वत:च्या उपयोगासाठी इंजिने, डबे व अन्य साधनांचे उत्पादन तर केले आहेच, त्याशिवाय इतर देशांत त्यांची निर्यातपण केली आहे. या प्रत्येक कारखान्याचे प्रशासन एका जनरल मॅनेजरच्या हातात असते. त्यांची माहिती अशी-

रेल्वे बोर्डाच्या अंतर्गत विद्युतीकरण, आधुनिकीकरण, संशोधन आणि डिझाईन, अधिकाऱ्यांचे प्रशिक्षण यांच्या व्यवस्थापनासाठी अनेक संस्था काम करतात. प्रत्येक संस्थेसाठी एका जनरल मॅनेजरची नियुक्ती केलेली असते. एकंदर १४ पीयूसी भारतीय रेल्वे मंत्रालयाच्या प्रशासनीय नियंत्रणाखाली कार्यरत आहेत. त्यांचा तपशील असा -

१. भारत वॅगन अँड इंजिनियरिंग कं. लि.
२. सेंटर फॉर रेल्वे इन्फॉरमेशन सिस्टीम
३. कंटेनर कॉर्पोरेशन ऑफ इंडिया
४. डेडिकेटेड फ्रेट कॉरिडॉर कॉर्पोरेशन ऑफ इंडिया
५. इंडियन रेल्वे केटरिंग अँड टूरिझम कॉर्पोरेशन लिमिटेड
६. इंडियन रेल्वे कन्स्ट्रक्शन इंटरनॅशनल लिमिटेड
७. इंडियन रेल्वे फायनान्स कॉर्पोरेशन लिमिटेड
८. कोकण रेल्वे कॉर्पोरेशन लिमिटेड
९. मुंबई रेल्वे विकास कॉर्पोरेशन
१०. रेलटेल कॉर्पोरेशन ऑफ इंडिया
११. रेल इंडिया टेक्निकल अँड इकॉनॉमिक सर्व्हिस लिमिटेड
१२. रेल विकास निगम लिमिटेड.
१३. बर्न स्टॅंडर्ड अँड कं. लि.
१४. ब्रेथवेट अँड कं. लि.

दिल्ली मेट्रो रेल कॉर्पोरेशन लि. ही एक स्वतंत्र कंपनी आहे व तिचा भारतीय रेल्वेशी काहीही संबंध नाही. कलकत्ता मेट्रोशिवाय इतर शहरांतील मेट्रो रेल्वे देखील भारतीय रेल्वेपासून स्वतंत्र आहेत. भारतातील रेल्वे इंजिने (लोकोमोटिव्हज्) दोन प्रकारची असतात. विजेवर चालणारी व डीझेलवर चालणारी. वाफेवर चालणारी इंजिने आता कोठेही वापरली जात नाहीत. काही ठिकाणी बायोडीझेलववर चालणारी इंजिने प्रायोगिक तत्त्वावर उपयोगात आणली गेली आहेत. १९६० वर्षापासून भारतीय रेल्वेच्या सर्व विभागात ओव्हरहेड कॅटेनरी डिलिव्हरी द्वारा २५००० व्होल्ट एसी ट्रॅक्शनचा उपयोग केला जातो. या इंजिनांचे वर्गीकरण ४-५ अक्षरी

कोडद्वारा केले जाते. पहिले अक्षर ट्रॅकचे गेज दाखवते, तर दुसऱ्या अक्षराने त्याच्या ऊर्जेचा (वीज/डीझेल) बोध होतो. तिसरे अक्षर वाहतुकीचा (प्रवासी, माल, मिश्र, शंटिंग इ.) निर्देश करते. चौथ्या अक्षराने इंजिनाचा मॉडेल क्रमांक कळतो. काही इंजिनांच्या बाबतीत पाचवे अक्षर असते, ज्याने मूळ मॉडेलचा उपप्रकार दाखविला जातो. डीझेल इंजिनांच्या बाबतीत पाचव्या अक्षराने त्याच्या अश्वशक्तीचा पल्ला दाखविला जातो.

१९५१ मध्ये आपल्याकडे १७ डीझेल इंजिने होती, तर २०१२ मध्ये हा आकडा ५,१९७ वर पोहोचला आहे. तसेच त्यावेळी विजेवर चालणाऱ्या इंजिनांची संख्या ७२ होती, ती आता ४३०९ आहे. वाफेची इंजिने ८१२० होती, ती आता फक्त ४३ आहेत.

जेव्हा गाडी धावत नसते, तेव्हा डीझेल इंजिनात आता बसविलेल्या ऑक्झिलरी पावर युनिटच्या सहाय्यने ८८ टक्के इंधनाची बचत केली जाते.

मालगाडीच्या वॅगन्स किंवा वाघिणी

वॅगन्सची संख्या १९५१ मध्ये २०५,५९६ होती, ती वाढून १९८०मध्ये ४०५,१८३ झाली. आता म्हणजे २०१२ मध्ये ती संख्या घटली आहे. (२३९, ३२१). याचे कारण अता मालवाहतूक भरपूर प्रमाणात ट्रक्सद्वारा रस्त्यांवरून केली जाते हे आहे. १९५१ मध्ये ९३० लाख टनाची मालवाहतूक केली गेली होती. ती २०१२-१३ मध्ये १०१०० लाख टन इतकी होती. १९५१ साली एकंदर माल वाहतुकीचा ६५ टक्के वाटा रेल्वेकडे होता. आता फक्त ३० टक्के वाटा रेल्वेकडे व उरलेली मालवाहतूक रस्त्यांवरून होते आहे.

प्रवासी डबे

भारतीय रेल्वेमध्ये अनेक प्रकारचे प्रवासी डबे आहेत. मुंबई, चेन्नई, दिल्ली, कोलकत्ता, पुणे, बंगलुरु, हैदराबाद वगैरे शहरांमध्ये इलेक्ट्रिक मल्टिपल युनिट (ईएमयू) द्वारा उपनगरी गाड्यांमधील प्रवासी वाहतूक हाताळली जाते. यात पहिला व दुसरा वर्ग असे वर्गीकरण आहे. २०१२ मध्ये असे ७७९३ डबे होते. त्याशिवायच्या प्रवासी डब्यांची एकंदर संख्या ४६,७२२ होती. लगेज कोच, पार्सल व्हॅन, मेल कोच अशा अन्य डब्यांची संख्या ६५६० होती.

मालवाहतूक

भारतीय रेल्वेचे ७० टक्के उत्पन्न (६८६ अब्ज रुपये) मालवाहतुकीतून व बाकीचे (३०४ अब्ज रुपये) प्रवाश्यांच्या वाहतुकीतून होते. रेल्वेचा बहुतांश नफा मालवाहतुकीद्वारा होतो, तर प्रवासी वाहतुकीतून तोटा सहन करायला लागतो.

प्रवाशांना सवलत मिळावी म्हणून मुद्दामच रेल्वे, प्रवासी तिकिटांचे दर माफक ठेवते व त्यामुळे होणारे नुकसान मालवाहतूकीतून भरून काढण्याचा प्रयत्न करते. १९९० च्या दशकापासून रेल्वेने एकाच वॅगनपुरती मालवाहतूक बंद केली आहे आणि आता फक्त पूर्ण रेक्स असलेल्या मालवाड्या मालवाहतूकीसाठी उपलब्ध केल्या जातात. मालवाहतुकीतून होणारा नफा मुख्यत्वेकरून कोळसा, सिमेंट, कच्चे लोखंड, अन्नधान्य यांच्या रेक्सद्वारे होतो. रस्त्यांवरून ट्रक्सद्वारा होणाऱ्या मालवाहतुकीच्या स्पर्धेमध्ये रेल्वेचा धंदा सतत रस्तावाहतुकीकडे वळत आहे, ही मोठी चिंताजनक बाब आहे.

रेल्वे ट्रॅक व गेज

भारतीय रेल्वे एकंदर चार प्रकारची गेज वापरते. ब्रॉड गेज सर्वांत रुंद असते, म्हणजे दोन रुळांमधील अंतर साडेपाच फूट किंवा १.६७६ मी असते. त्यापाठोपाठ स्डँडर्ड गेज (४ फूट ८.५ इंच किंवा १.४३५मी) येते. त्या खालोखाल मीटर गेज (३ फूट ३-३/८ इंच किंवा १ मीटर) आणि नॅरो गेज (अडीच फूट किंवा ०.७६२ मी) येतात. रेल्वेचे ट्रॅक्स ताशी ७५ ते १६० किमी वेगासाठी सुयोग्य असतात. भारतीय रेल्वेकडे एकंदर ११५,००० किमी ट्रॅक आहे, तर एकंदर मार्गांची लांबी ६५,००० किमी आहे. ३१ मार्च २०१३ पर्यंत जवळजवळ ३६ टक्के मार्गांवर (२३,५४१ किमी) विजेवर चालणाऱ्या गाड्या धावत होत्या.

एकंदर रेल्वे ट्रॅकमध्ये ब्रॉड गेजचे प्रमाण ९१ टक्के (१०५००० किमी ट्रॅक) तर रेल्वे-मार्गात ५६,००० किमी (८६ टक्के) असे आहे.

काही कमी रहदारीच्या मार्गांवर मीटर गेज (८००० किमी ट्रॅक व ७००० किमी रेल्वे-मार्ग) वापरली जाते. हळुहळू सर्व मार्ग ब्रॉड गेजमध्ये रूपांतरित करण्याचा प्रयास चालू आहे.

डोंगराळ प्रदेशातील आणि काही पूर्वीच्या संस्थानांतील खाजगी मार्गांवर नॅरो गेज रेल्वे आहे. यांना ब्रॉड गेजमध्ये रूपांतरित करणे अवघड असते कारण उंच सखल प्रदेशात पुरेशी जागा मिळत नाही. तथापि, कालका-सिमला, कांगडा व्हॅली रेलवे आणि दार्जीलिंग हिमालयन रेल्वे या तीन उल्लेखनीय मार्गांवरील नॅरो गेज आणि निलगिरी माउंटन रेल्वेमार्गावरील मीटर गेज यांचे युनीरेल प्रकल्पात रूपांतर करण्याचे योजलेले आहे. रेल्वेच्या रूळांखाली असलेले स्लीपर्स प्रीस्ट्रेसड् कॉंक्रीटपासून बनविले जातात. त्याआधी धातूचे (स्टील किंवा कास्ट आयर्न) स्लीपर्स सर्रास वापरले जात असत. काही थोड्या भागात जुने लाकडाचे स्लीपर्स अजूनही आहेत. ट्रॅकच्या तापमानानुसार स्लीपर्सची रचना करावी लागते. तापमानातील फरकाच्या

पल्ल्यानुसार भारतीय रेल्वेने देशाचे चार विभाग पाडले आहेत. राजस्थानमध्ये तापमानातील फरकाचा पल्ला सर्वाधिक आहे.

संशोधन आणि विकास

ऑगस्ट २०१३ मध्ये भारतीय रेल्वे आणि इंडियन इन्स्टिट्यूट ऑफ टेक्नॉलॉजी मद्रास यांच्यात सौर ऊर्जेचा वापर करून डब्यांमध्ये दिवे व वातानुकूलन करण्याचा प्रकल्प भागीदारीत करण्याचा निर्णय घेण्यात आला. या द्वारा जगातील सर्वांत मोठ्या रेल्वे जाळ्यातील इंधन बचतीचा मार्ग खुला झाला आहे. नुकतीच राजधानी एक्सप्रेस या गाड्यांमध्ये सुधारलेली स्वयंचलित अग्नीसूचक (फायर अलार्म) अलार्म प्रणाली विकसित केली गेली. ही प्रणाली आता सर्व गाड्यांमधील वातानुकूलित डब्यांमध्ये कार्यरत केली जाणार आह

शेजारी देशांसोबतच्या रेल्वे लिंक्स्

सध्या अस्तित्वात असलेल्या लिंक्स्

नेपाळ - दोन्ही देशांना जोडणाऱ्या रेल्वे मार्गासाठी एकच गेज करण्याचा प्रकल्प (युनिगेज प्रोजेक्ट) कार्यान्वित आहे.

पाकिस्तान - ब्रॉड गेज मार्गाने कराची एक्सप्रेस व लाहोर ते अमृतसर (अट्टारी) समझौता एक्सप्रेस.

बांगलादेश - एप्रिल २००८ पासून ढाका व कोलकत्ता या स्थानकांमध्ये मैत्री एक्सप्रेस ही गाडी सुरू केली गेली. त्याशिवाय भारतातील सिंघाबाद आणि पेट्रापोल स्थानकांपासून बांगलादेशातील रोहनपूर आणि बेनापोल स्थानकांपर्यंत मालगाडी धावते. सप्टेंबर २०११ मध्ये आगरताला (भारत) व आखौरा उपजिल्हा (बांगलादेश) यांच्या दरम्यान एक प्रवासी गाडी चालू करण्याच्या प्रस्तावाला भारत व बांगलादेशच्या सरकारांनी मंजुरी दिली आहे.

प्रस्तावित / कार्याधीन लिंक्स्

भूतान - एकाच गेजच्या रेल्वे मार्गाचे काम चालू आहे.

व्हिएटनाम - म्यांमार मार्गे मणिपूर ते व्हिएटनाम रेल्वे सेवा सुरू करण्याचा केंद्रसरकारचा विचार श्री शशी थरूर यांनी ९ एप्रिल २०१० ला व्यक्त केला.

थायलंड - बर्मा रेल्वे पुन: कार्यरत झाल्यावर शक्य आहे.

चार चाकी वाहने

चार चाकी वाहने ही जगातील एक मोठी बाजारपेठ समजली जाते. काही वर्षांपर्यंत या क्षेत्रात भरमसाट वाढ होत होती परंतु गेल्या काही वर्षांत ही वाढ मंदावली आहे. भारत या क्षेत्रात सहाव्या क्रमांकावर असून २०११ मध्ये देशात

३९ लाख वाहनांचे उत्पादन झाले होते. प्रवासी वाहनांच्या उत्पादनात १६ ते १८ टक्के वार्षिक वाढ करून भारताने आता ३० लाख वाहनांचे उत्पादन गाठून ब्राझिलला मागे टाकले आहे. जपान आणि दक्षिण कोरियाच्या पाठोपाठ आता भारत आशियातील प्रवासी वाहनांची निर्यात करण्यात तिसऱ्या क्रमांकावर आला आहे. २०१५ सालापर्यंत आपला देश ४० लाख वाहनांच्या उत्पादनाचा आकडा पार करण्याची शक्यता आहे. भारताच्या वाहन उत्पादनाची तीन भौगोलिक क्षेत्रे म्हणजे दक्षिणेत चेन्नई जेथे ३५ टक्के उत्पादन होते, पश्चिमेत मुंबई व पुणे जेथे ३३ टक्के उत्पादन आहे, तर उत्तरेत दिल्लीच्या जवळपासच्या क्षेत्रात उरलेले ३२ टक्के उत्पादन होते. फोर्ड, ह्युंदाई, रेनॉल्ट मिट्सुबिशी, बीएमडब्ल्यू, हिंदुस्थान मोटर्स, डेमलर, कॅपॅरो या आंतरराष्ट्रीय व भारतीय कंपन्या चेन्नईत कार्यरत आहे आणि पीएसए पीजो सिट्रोएन २०१४ मध्ये त्यांचा कारखाना सुरू करत आहे. हरियानात गुडगांव व मानेसर येथे भारतातील सर्वांत मोठी वाहन उत्पादनाची कंपनी मारुती सुझुकी यांचे कारखाने आहेत. जनरल मोटर्स, फोक्सवॅगन, स्कोडा, महिंद्र, टाटा मोटर्स, मर्सिडीझ बेंझ, लँड रोव्हर, जॅग्वार, फियाट आणि फोर्स मोटर्स या

नाव	**स्थापनेचे वर्ष**	**स्थान**	**प्रमुख उत्पादने**
गोल्डन स्टॉक रेल्वे वर्कशॉप	१९२८	त्रिची	डिझेल-विद्युत इंजिने
चित्तरंजन लोकोमोटिव्ह वर्कस्	१९४७	चित्तरंजन, आसनसोल	विद्युत इंजिने
डीझेल लोकोमोटिव्ह वर्कस्	१९६१	वाराणसी	डिझेल इंजिने
डीझेल-लोको मॉडर्नायझेशन वर्कस्	१९८१	पतियाला	डिझेल-विद्युत इंजिने
इंटीग्रल कोच फॅक्टरी	१९५२	चेन्नई	प्रवासी डबे
रेल कोच फॅक्टरी	१९८६	कपूरथला	प्रवासी डबे
रेल स्प्रिंग कारखाना	१९८८	ग्वाल्हेरावासी	डब्याच्या स्प्रिंग्ज
रेल व्हील फॅक्टरी	१९८४	बंगलुरु	रेलवेची चाके
रेल व्हील फॅक्टरी	२०१२	छपरा	रेलवेची चाके
रेल कोच फॅक्टरी, रायबरेली	२०१२	रायबरेली	प्रवासी डबे

कंपन्यांचा कारभार पुण्याजवळ चाकण, नाशिक व औरंगाबाद येथे पसरलेला आहे. या क्षेत्रात नव्याने पदार्पण करणारा प्रदेश म्हणजे गुजराथ. या प्रांतातील आणंद येथे

टाटा नॅनो व हालोल येथे जनरल मोटर्स यांचे कारखाने आहेत व फोर्ड, मारुती सुझुकी आणि पीजो-सिट्रोएन यांचे कारखाने लवकरच गुजराथमध्ये सुरू होणार आहेत. या व्यतिरिक्त कोलकत्ता येथे हिंदुस्थान मोटर्स, बंगलोर येथे टोयोटा आणि नोयडामध्ये होंडा हीसुद्धा देशातील वाहन उत्पादनाची प्रमुख केंद्रे आहेत. २०११साली वाहनांचे सुटे भाग बनविणारे ३६९५ लघु व मध्यम उद्योग देशात होते. या उद्योगांची दरसालची आर्थिक उलाढाल सरासरी ६० लाख अमेरिकन डॉलर्स होती व दरसालचा नफा ४ लाख डॉलर्स होता.

कापड उद्योग

आपल्या देशात शेतीपाठोपाठ टेक्सटाईल हे रोजगारीसाठीचे दुसऱ्या क्रमांकाचे उद्योगक्षेत्र आहे. या क्षेत्रात कुशल व अकुशल अशा दोन्ही प्रकारच्या कर्मचाऱ्यांची आवश्यकता असते. जवळ जवळ साडेतीन कोटी लोकांना या क्षेत्रात थेट रोजगार मिळतो. एप्रिल ते जुलै २०१० दरम्यान भारताचा टेक्सटाइल्सच्या जागतिक निर्यातीमध्ये ११.०४ टक्के वाटा होता. २०१० मध्ये देशात कापड विणण्याचे २५०० तर कापडाच्या प्रोसेसिंगचे ४१३५ कारखाने होते. भारतातील टेक्सटाइल उद्योगात दरवर्षी ५५ अब्ज अमेरिकन डॉलर्सची उलाढाल होते. त्यापैकी ६४ टक्के देशांतर्गत मागणी पुरवण्याच्या कामी लागते.

भारत हा जगातील फायबरच्या उत्पादनातील दुसऱ्या क्रमांकाचा देश आहे व देशाचे सर्वाधिक उत्पादन कापूस आहे. त्याशिवाय रेशीम, ज्यूट, लोकर व इतर मानवनिर्मित फायबर्स (नायलॉन, पॉलिएस्टर वगैरे) यांचे उत्पादनपण आपल्या देशात होते. भारताचा ६० टक्के टेक्सटाइल उद्योग कापसावर आधारित आहे. आपल्या देशातील कापडाची प्रचंड मागणी व २००९ वर्षी आंतरराष्ट्रीय बाजारपेठेतील पुनरुज्जीवन यांच्यामुळे भारतीय टेक्सटाईल उद्योगाची भरपूर वाढ झाली. पाकिस्तान व चीन येथे आलेल्या पुरांमुळे आपल्या कापसाचा भाव २००९ च्या तुलनेत २०१० मध्ये कमालीने वाढला. २०१०-११ मध्ये भारताचे उत्पादन ३२५ लाख गासड्या एवढे झाले. विश्वस्तरावरील निर्यातीच्या बाबतीत भारताने त्याच्या वाट्यात गेल्या पाच वर्षांत ७ टक्के सुधारणा केली आहे. तरीही देशातील उत्पादकांना कच्च्या मालाच्या वाढत्या भावांबद्दल सतत काळजी असते.

मानवनिर्मित फायबर्स - या कापड उत्पादनात कृत्रिम फिलामेंट धागा अथवा कृत्रिम फायबर दोन्हींचा समावेश होतो. पावरलूम क्षेत्रात या पासून कापड विणले जाते. जवळजवळ ४८ लाख लोक या क्षेत्रात काम करतात व भारताच्या कापड उत्पादनापैकी ६२ टक्के उत्पादन या क्षेत्रात होते.

कापूस सेक्टर - भारतीय टेक्सटाइल उद्योगात हे क्षेत्र रोजगार पुरविण्याच्या बाबतीत अग्रेसर आहे. तथापि, रोजगार व उत्पादन हे हंगामी स्वरूपाचे असते.

हातमाग सेक्टरसुद्धा चांगल्यापैकी विकसित आहे व त्याचा कापडाच्या बाजारपेठेत १३ टक्के हिस्सा आहे. या क्षेत्राला निधीसाठी आत्मसहाय्य गटांवर (सेल्फ हेल्प ग्रुप) अवलंबून असावे लागते. लोकरीच्या उत्पादनात भारताचा जगात सातवा क्रमांक आहे. जागतिक उत्पादनाचा १.८ टक्के हिस्सा भारतात बनतो.

भारत ज्यूटच्या उत्पादनात जगात पहिल्या क्रमांकावर आहे. मुख्यत्वेकरून आसाम व पश्चिम बंगाल या पूर्वेकडल्या प्रांतात याचे उत्पादन होते.

रेशीम उत्पादनात भारत जगामध्ये दुसऱ्या क्रमांकावर असून जगातील १८ टक्के रेशीम उत्पादन भारतात होते. मलबेरी, एरी, टसर आणि मुगा या आपल्या देशात निर्माण होणाऱ्या रेशमाच्या जाती आहेत. या क्षेत्रात सुद्धा मनुष्यबळ पुष्कळ लागते.

भारताविषयी काही मनोरंजक माहिती

भारतातून निर्माण होणाऱ्या प्रमुख वस्तू म्हणजे दागदागिने व रत्ने तयार कपडे, सुती धागे व कापड, हस्तकलाकृती, तृणधान्ये, वाहतुकीची संसाधने, सागरी उत्पादने प्रमुख आयात कच्चे तेल, पेट्रोलियम उत्पादन, इलेक्ट्रिकल व अन्य यंत्रसामग्री, रसायने (केमिकल्स्), खते, लोखंड, पोलाद, मोती, मौल्यवान खडे व हिरे. भारत हा सोन्याचा जगातील सर्वांत मोठा उपभोक्ता आहे व देशातील सोन्याची उलाढाल हजार टनाहून अधिक आहे. परंतु भारतातील सोन्याच्या खाणींमध्ये सोने जवळजवळ मिळत नसल्यासारखेच आहे.

छोट्या हिऱ्यांच्या कटिंग व पॉलिशिंगच्या कामात भारताचा जगात पहिला क्रमांक आहे.

भारतातील मध्यम वर्गीयांची संख्या (२५ कोटी) जगात सर्वाधिक आहे.

★★★

६. आधुनिक भारतीय लष्कर

लष्कर किंवा सैन्य यांचे भारतीय इतिहासातले संदर्भ अतिशय पुरातन आहेत. रामायण, महाभारत यांसारखी महाकाव्ये आणि वेदांमधील इंद्र-वृत्र किंवा तारकासूर-कार्तिकेय यांच्या युद्धाच्या कथामध्ये आपल्याला विविध शस्त्रास्त्रांची वर्णने दिसतात.

भारताला स्वातंत्र्य मिळाल्यापासून आतापर्यंतच्या काळात काही युद्धे किंवा मोहिमा भारतीय लष्कराने लढल्या आहेत. त्याचा थोडक्यात गोषावारा असा.

ऑपरेशन पोलो - सप्टेंबर १९४८ मध्ये भारतीय लष्कराने हैदराबादला वेढा घालून तेथील निजामाच्या राजवटीचा अंत केला व ते संस्थान भारतीय गणराज्यात विलीन करून घेतले. या मोहिमेला हैदराबाद पोलीस ॲक्शन या नावानेही ओळखले होते.

अनेक शतकांपासून पोर्तुगीजांचा गोव्यावर ताबा होता. गोव्यातील जनता मूळ भारतीय वंशाची होती व पोर्तुगीज राजवटीला कंटाळलेली होती. त्यांच्या अहिंसात्मक, नि:शस्त्र आंदोलनाला पोर्तुगीज सरकारने अमानुषपणे चिरडून टाकण्याचा प्रयत्न केला. भारत सरकारने ऑपरेशन विजय या नावाची लष्करी मोहीम सुरू केली व जमीन, समुद्र आणि आकाशमार्गे संयुक्त हल्ला चढवून फक्त ३६ तासांत साडेचारशे वर्षांची पोर्तुगीज राजवट संपुष्टात आणली. गोवा स्वतंत्र झाला व त्याचे भारतात विलीनीकरण केले गेले.

शेजारी राष्ट्र चीनबरोबर १९६२ मध्ये व पाकिस्तानबरोबर १९४७, १९६५, १९७१ व १९९९ मध्ये भारताला युद्ध करावे लागले. १९७१ मध्ये पाकिस्तानबरोबरच्या युद्धात बांगलादेश या स्वतंत्र राष्ट्राची निर्मिती झाली. भारताबरोबर पाकिस्तानचा सियाचेन हिमनदी आणि शिखराच्या बाबतीत मालकीहक्कावरून जुना विवाद आहे. एप्रिल १९८४ मध्ये ऑपरेशन मेघदूत या नावाच्या मोहिमेद्वारे

भारताने या शिखरावर आपला ध्वज रोखला व तेथे एक लष्करी तळ स्थापन केला, जो जगातील सर्वाधिक उंचीवरचा लष्करी तळ आहे. त्यानंतर पाकिस्तानने बऱ्याचवेळा हा प्रदेश काबीज करण्याचे असफल प्रयत्न केले आहेत. जून १९८४ मध्ये खलिस्तान आंदोलनाच्या वेळी अमृतसर येथील सुवर्णमंदिरात आतंकवाद्यांनी तळ ठोकला होता. त्यांना बाहेर हुसकवून लावण्याच्या मोहिमेत अकाल तख्ताचे नुकसान झाले व मोठ्या प्रमाणावर नागरी जीवितहानी झाली होती. भारतीय शांतीसेनेने १९८७-९०च्या काळात श्रीलंकेतील तमिळ व्याघ्रांविरुद्ध तेथील सरकारच्या संमतीने लष्करी मोहीम उघडली होती. बाराशेहून अधिक सैनिक व अनेक टी-७२ रणगाड्यांच्या हानीनंतर भारताने गनिमी काव्याने लढणाऱ्या आतंकवाद्यांविरुद्धच्या मोहिमेतून माघार घेतली. या युद्धादरम्यान भारताच्या वायुदलाने श्रीलंकेमध्ये सत्तर हजारांहून अधिक उड्डाणे केली. याला ऑपरेशन पवन या नावाने ओळखले जाते.

भारतीय लष्कराचे मुख्यालय नवी दिल्ली येथे असून भारताचे राष्ट्रपती त्याचे पदसिद्ध सरसेनापती असतात. भूदल, नौदल व वायूदलाचे प्रमुख त्यांच्या हाताखाली राहून आपापल्या सेनेचे अधिपत्य करतात.

भारतीय लष्कराची सहा मुख्य कार्ये आहेत.

१. भारताची प्रादेशिक अखंडता अबाधित राखणे.

२. कोणत्याही परदेशी सत्तेने केलेल्या आक्रमणापासून देशाचे संरक्षण करणे.

३. आपली स्वत:ची जलस्थलयुद्धसामग्री शत्रूच्या किनाऱ्यावर पाठविणे.

४. शीत-आरंभ (कोल्ड स्टार्ट) सिद्धांताचे पालन करणे. याचा अर्थ असा की, शत्रूच्या अण्वस्त्र- वापर अध:सीमेचे उल्लंघन न करता, झटपट लष्करी जमवाजमव करून आक्रमण पवित्रा घेण्याची क्षमता भारतीय लष्करात आहे. भारतीय लष्करे कोल्ड स्टार्टची युद्धनीती असल्याचे नाकारते. एकंदर डावपेचांचा भाग म्हणून हल्लेखोरांचा सामना करण्यासाठी अनेक पर्याय, आकस्मिक तरतुदी व तयारीनिशी आपले लष्कर सतत सज्ज ठेवण्यात येते. परंतु आपले मूलभूत लष्करी तत्त्व बचावात्मक आहे.

५. आपत्तीच्या काळात (भूकंप, पूर वगैरे) नागरी सेवांची सहाय्यता करणे.

६. संयुक्त राष्ट्रसंघाच्या शांतिसेनेत सहभागी होणे.

इंडियन मिलिटरी रिव्ह्यू या नियतकालिकाचे कार्यकारी संपादक मेजर जनरल (सेवानिवृत्त) रवी अरोरा यांनी लिहिलेल्या कस्टम्स् अँड एटिकेट्स् इन द सर्व्हिसेस या निम-अधिकृत पुस्तकात भारतीय लष्कराची आचारसंहिता आणि भारतीय लष्करातील लोकांनी वागण्यात पाळण्याचे सर्वसामान्य नियम तपशीलवार दिले आहेत.

आपल्या पायदळाची मुख्य मांडणी जम्मू आणि काश्मीर, लडाख व ईशान्य सरहद्दीवर असते. दशतवादी हल्ले व घुसखोरी यांना आळा घालण्यासाठी या प्रदेशात लष्करी उपस्थिती अत्यावश्यक झाली आहे. भारतीय नौदल आपल्या सागरी सरहद्दीवर पहारा करणे, चाच्यांच्या विरुद्ध सोमालियाच्या किनाऱ्यावरील मोहिमेत भाग घेणे, मलाक्काच्या सामुद्रधुनीत सिंगापूरच्या नौदलाबरोबर संयुक्त (द्विपक्षीय) सागरी कसरत करणे व आग्नेय अशियाई सागरात आपली उपस्थिती कायम ठेवणे, ब्राझील, दक्षिण आफ्रिका, अमेरिका, जपान, फ्रान्स, चीन रशिया आणि अन्य देशांबरोबर संयुक्त कवायती करणे अशी कामे पार पाडते.

भारतीय लष्कराचा अर्थसंकल्प जगात सातव्या क्रमांकावर येतो. २०११ मधील अर्थसंकल्प ४८.९ अब्ज डॉलर्स (क्रयशक्ती समानता सिद्धांतानुसार ११२ अब्ज) एवढा होता जो देशाच्या स्थूल एतद्देशीय उत्पादनाच्या (जीडीपी) अडीच टक्के इतका होता. याशिवाय सरकारतर्फे सरहद्दीरील क्षेत्रातील अध:संरचना (इन्फ्रास्ट्रक्टचर) व निमलष्करी संघटनांसाठी अतिरिक्त खर्च करण्याची तरतूद स्वतंत्रपणे केलेली असते. अर्थसंकल्पातील बराचसा भाग नवीन साधनसामग्री घेण्यात व आधुनिकीकरणात खर्च केला जातो. २००७ ते २०१२ या कालखंडात जवळपास ५० अब्ज डॉलर्स नवीन साधनसामग्री घेण्यात खर्च झाले असावेत असा अंदाज आहे. अमेरिकन कॉंग्रेसने प्रसिद्ध केलेल्या एका अहवालानुसार भारत १.५ अब्ज डॉलर्स किंमतीचे असे एक फक्त भूदल नौदव व वायुदल यांच्या खास वापरासाठी निर्माण केलेले सुरक्षित व समर्पित ऑप्टिकल फायबर नेटवर्क बनवित आहे.

मनुष्यबळ

२०१२ सालामध्ये भारतीय लष्करात १४.५ लाख कार्यरत कर्मचारी व २२ लाख राखीव कर्मचारी काम करीत होते. त्या व्यतिरिक्त १४ लाख अर्धलष्करी कर्मचारीपण आहेतच. भारतीय लष्कराकडे १५ लाखांहून अधिक माजी सैनिकांची नोंद आहे. यापैकी कित्येकजणांचे केंद्र सरकारच्या विविध क्षेत्रांत पुन: सेवायोजन केले गेले आहे.

युद्धकालात देण्यात येणारी शौर्यपदके परम वीर चक्र, महावीर चक्र, वीर चक्र अशी आहेत. शांतीकालात देण्यात येणारे पदक म्हणजे अशोक चक्र होय. गुणवत्तापूर्ण सेवेसाठी देण्यात सर्वोच्च पदक म्हणजे परम विशिष्ट सेवा पदक. पुढील कोष्टकात भारतीय सशस्त्र सेनेच्या मनुष्यबळाचा तपशील दिला आहे.

घटक	कार्यरत (२०१०)	राखीव (२०१०)
पायदळ	१,१२९,९००	९६०,०००
नौदल	५८,३५०	५५,०००
वायुदल	१२७,२००	१४०,०००
निम-लष्करी	१,३००,५८६	९८७,८२१

सैन्यभरती व प्रशिक्षण

सैन्यातील अधिकृत भरती विविध सेनासंबंधित अकॅडमीमार्फत केली जाते. यात पुढील अकॅडमींचा समावेश आहे. नॅशनल डिफेन्स अकॅडमी, पुणे, इंडियन मिलिटरी अकॅडमी, डेहराहून इंडियन नेव्हल ॲकेडमी, एणिमाला, केरळ, एअर फोर्स अकॅडमी हैदराबाद, ऑफिसर्स ट्रेनिंग ॲकेडमी, चेन्नई आणि ऑफिसर्स ट्रेनिंग ॲकेडमा गया. अन्य संबंधित संस्था अशा आहेत. आर्मी वॉर कॉलेज, महु, मध्यप्रदेश, हाय अल्टिट्यूड, वॉरफेअर स्कूल (एचएडब्ल्यूएस), गुलमर्ग, जम्मू आणि काश्मीर, काउंटर इनसर्जन्सी अँड जंगल वॉरफेअर स्कूल (सीआयजेडब्ल्यू), वैरंग्ट मिझोराम, कॉलेज ऑफ मिलिटरी इंजिनियरिंग (सीएमई), पुणे अधिकारी भारतात व भारताबाहेर निरनिराळ्या कामांसाठी नियुक्त केले जातात. त्यांची नियुक्ती व पदच्युती फक्त भारताच्या राष्ट्रपतीद्वारे केली जाते. कारण राष्ट्रपती हे सर्व लष्कराचे प्रमुख आहेत.

विदेशी लष्करी तळ आणि परराष्ट्रांशी लष्करी संबंध-

फारखोर एअर बेस हा मिलीटरी एअर बस ताजिकिस्थानाची राजधानी दुशांबेपासून आग्रेयेला १३० किलोमीटर अंतरावर ताजिकिस्थान एअर फोर्सच्या सहयोगाने स्थापन केला आहे. हे लष्करी तळ समजला जातो. त्याशिवाय भारतीय सेना व बॉर्डर रोड्स ऑर्गनायझेशन यांचे दल ताजिकिस्थानच्या आनयी एअर बेसचे श्रेणीवर्धन करण्याच्या कामी तैनात केलेले आहेत. त्यांनी धावपट्टीची लांबी वाढविली आहे, कंट्रोल टॉवर बांधला आहे व परिसीमेला एक कुंपण घालून दिले आहे. २०१४ साली अमेरिकन फौजा अफगाणिस्थानातून परत जाण्याच्या पार्श्वभूमीवर भारत व ताजिकिस्थान यांच्यातील मैत्रीसंबंध दृढ करण्यासाठी भारताने त्यांना मध्यम क्षमतेची हेलिकॉप्टर्स व एक हॉस्पिटल देण्याची योजना आखली आहे. १९५० मध्ये भारत-नेपाळ शांती व मैत्री करारांर्गत भारताने नेपाळाला राष्ट्रीस सुरक्षा व

लष्करी तयारीसाठी संपूर्ण पाठबळ पुरविण्याची जबाबदारी घेतली आहे व दोन्ही देशांनी परस्परांवरील आक्रमणांना संयुक्तपणे तोंड देण्याचे ठरविले आहे. अशाच धर्तीवर १९५८ मध्ये तत्कालिन पंतप्रधान पंडित जवाहरलाल नेहरू यांनी भूतानच्या स्वतंत्रतेला पाठिंबा देऊन भूतानवरील कोणतेही आक्रमण हे भारतावरील आक्रमण समजले जाईल असे आश्वासन दिले आहे. अशाच प्रकारच्या समजुतीअंतर्गत मालदीवच्या सुरक्षेची काळजी भारत घेत आहे. अमेरिका, जपान व ऑस्ट्रेलिया या तीन देशांबरोबर भारताने एक सुरक्षा करार केलेला आहे. भारत व रशिया यांच्या लष्करी सहकाराचा करार आहे. ओमान व कतार या देशांबरोबर सागरी सुरक्षेचा करार आहे. म्यानमार (पूर्वीचा ब्रह्मदेश) बरोबर केलेल्या मैत्री करारान्वये त्यांची बंदरे विकसित करणे, अर्थ, संरक्षण, उर्जा व दळणवळण या क्षेत्रांत परस्पर सहकार्य करण्याचे ठरविले आहे. त्यांच्या नौदलासाठी चार ओपीव्ही (ऑफशोअर पॅट्रोल व्हेइकल्स) आपल्या देशात बांधून देण्याचे कबूल केले आहे. फिलिपाईन्स, थायलँड, इंडोनेशिया, व्हिएटनाम व म्यानमार या देशांना चीनच्या वाढत्या लष्करी सामर्थ्यापासून स्वत:ला धोका वाटतो. या देशांना लष्करी प्रशिक्षण व शस्त्रसामग्रीचा पुरवठा भारताने करावा, अशी त्यांची इच्छा त्यांनी अनेक वेळा प्रदर्शित केलेली आहे. त्यानुसार भारताने पूर्व अशियाई आणि एएसईएएन देशांबरोबर लष्करी देवाणघेवाण वाढविली आहे. यात व्हिएटनामच्या वायुदलाच्या मिग विमानांची दुरुस्ती व देखभाल, तसेच सिंगापूरच्या वायुदलाला व पायदळाला भारतातील लष्करी सुविधा २०१७ सालपर्यंत वापरण्याची परवानगी देणे या बाबींचा समावेश होतो.

ताज्या घडामोडी व भविष्याचा झरोका -

लष्करी वाहतूक

भारतीय वायुदलाकडे हवेतल्या हवेत इंधन भरण्यासाठी सहा इल्युशिन ११-७८ एमकेआय आहेत. लष्करी डावपेचात्मक हालचालींसाठी इल्युशिन ११-७६ सध्या वापरली जातात आणि दहा नव्या बोइंग सी-१७ ग्लोबमास्टर १११ विमानांची खरेदी करण्यात येत आहे. यापैकी चार नाव्हेंबर २०१३ ला वायुदलात सामील झाली आहेत. सी-१३० जे सुपर-हर्क्युलिस विमाने विशेष सैन्याकरवी वायुदल व भूदलाच्या संयुक्त कारवाईत वापरली जातात. अशी सहा विमाने आपल्याकडे आहेत व सहा नवीन विमानांची खरेदी करण्यात येत आहे. अँटोनॉव्ह एएन-३२ विमान हे मध्यम टप्प्याच्या वाहतुकीसाठी वापरण्याचे विमान आपल्या वायुदलाकडे आहे.

एईडब्ल्यूएसीएस आणि नेटवर्कसेंट्रिक लढाई

आपल्या वायुदलाकडे हवाई हल्ल्याची पूर्वसूचना देणाऱ्या ईएल/डब्ल्यू-२०९० फाल्कन एईडब्ल्यू अँड सी नावाच्या तीन इझराएली यंत्रणा तैनात आहेत. अजून दोन नव्या यंत्रणा (एईडब्ल्यूएसीएस) डीआरडीओच्या प्रकल्पांतर्गत विकसित केल्या जात आहेत. याद्वारे रडारने युक्त अशी तीन विमाने हवाई क्षेत्रातील देखरेखीसाठी उपलब्ध केली जातील. २०१० साली वायुदलाला डिजिटल माहितीचे ग्रिड नेटवर्क (अॅफनेट) उपलब्ध केले गेले. त्यामुळे विश्वसनीयरीत्या व पक्क्या मिळणाऱ्या माहितीच्या आधारावर शत्रूच्या हल्ल्याला अचूक आणि शीघ्रगतीने प्रत्युत्तर देण्याची क्षमता प्राप्त झाली. अत्याधुनिक तंत्रज्ञानाचा वापर करून देशाच्या हवाई सीमा सुरक्षित ठेवण्यासाठी भारतीय वायुदल सुसज्ज आहे.

भारतीय तटरक्षक

भारतीय तटरक्षक इंडियन कोस्ट गार्ड (आयसीसी) ही भारताच्या विशाल सागरी तटावर गस्त घालण्यासाठी व त्याचे संरक्षण करण्यासाठी निर्माण केलेली सशस्त्र सेना आहे. याची स्थापना १८ ऑगस्ट १९७८ रोजी केली गेली. तटरक्षक आपले नौदल व कस्टम्स विभाग यांच्या सहकार्यात काम करतात व त्यांचा प्रमुख व्हाइस अॅडमिरल या हुद्द्याचा नौदलाचा अधिकारी असतो. अझिक्कल, केरळ येथील इंडियन नेव्हल अकॅडमीत प्रशिक्षण घेतलेले अधिकारी या सेवेत घेतले जातात. नौदल व तटरक्षक या दोन्ही भगिनीसेवा असल्यामुळे त्यातील अधिकारी इकडून तिकडे परस्पर समन्वयाने बदलले जातात. भारतीय तटरक्षक अकॅडमीची

डसॉल्ट रफाले लवकरच भारतीय वायुदलात प्रवेश होणारे बहुआयामी लढाऊ विमान

सध्या निर्मिती चालू आहे. तटरक्षक दलातील खलाशी आयएनएस चिल्का येथे प्रशिक्षित केले जातात.

कोची, केरळ येथील कोस्ट गार्ड कार्यालय

तटरक्षकांकडे जलदगतीची ऑफशोअर पॅट्रोल व्हेइकल्स, इंटरसेप्टर बोटी, प्रदूषण कंट्रोल व्हेसल्स्, होव्हरक्राफ्ट्स्, हायड्रोफॉइल्स् अशी साधनसामग्री असते. त्याशिवाय ३८ डोर्नीअर विमाने, ९ एचएएल ध्रुव आणि १८ एचएएल चेतक हेलिकॉप्टर्स असा हवाई पहाऱ्यासाठीचा ताफा सागरी किनारे व नद्यांची मुखे यांच्यावर गस्त घालत असतो. चांचेगिरीचा बीमोड करणे व तेलाची गळती साफ करणे अशी कामे भारतीय तटरक्षक करतात. अनेक गैरकायदेशीर घुसखोर व तस्करांना पकडण्यात भारतीय तटरक्षकांना यश आले असून अपघातग्रस्त नौकांमधील माणसांना वाचविण्याचे कामही त्यांनी बऱ्याचवेळा केले आहे. २००८ सालच्या मुंबईवरील आत्मघातकी आतंकवादी हल्ल्यानंतर तटरक्षकांची संख्या, उपकरणे, साधनसामग्री यांच्या लक्षणीय वाढ करण्याचा निर्णय सरकारने घेतला गेला आहे. यात नवीन हेलिकॉप्टर्स, बोटी, रडार यंत्रणांचे जाळे यांचा समावेश आहे.

भारतीय लष्कराच्या विशेष तुकड्यांना विशिष्ट कामगिरीसाठी खास प्रशिक्षण दिलेले आहेत. यात ओलीस धरलेल्या निरपराध माणसांची सुटका करणे, थेट हल्ला, आतंकवादाविरुद्धचा लढा, अपारंपारिक युद्धकला, विशेष टेहेळणी, परदेशातील परदेशात आंतरिक सुरक्षा, असिमेट्रिक वॉरफेअर, काऊंटर-प्रॉलिफरेशन अशा बाबींचा समावेश होतो. या तुकड्यांची थोडक्यात माहिती अशी-

भारतीय सेनेचे ९ पॅरा कमांडोज १९६६ साली संस्थापित झालेल्या या विशेष दलाला पॅराशूटचे प्रशिक्षण दिलेले असते. मुख्य पायदळाला शत्रूसीमेच्या पलिकडे कमीतकमी हानी होऊन पोहोचवण्याची जबाबदारी यांच्यावर असते. शत्रूच्या पाठीमागून हल्ला करून त्याच्या पहिल्या बचावफळीचा भेद करणे हे त्यांचे प्रमुख काम असते. अमेरिकन सेनेबरोबर वज्र प्रहार नावाच्या संयुक्त कवायतीत पॅराकमांडोज् सराव करतात.

घातक कमांडोज् प्रत्येक बटॅलियनमध्ये एक घातक प्लॅटून असते ज्यांचे काम पुढे जाऊन शत्रूवर प्राणघातक हल्ला करण्याचे असते. साधारणत: वीस एक निवडक जवानांच्या या तुकडीत रेडिओ ऑपरेटर, मेडिकल, लाईट मशीनगनधारी जवान व अचूक नेमबाजांचा समावेश असतो. या सर्वांचे प्रशिक्षण कर्नाटकातील बेळगाव येथील कमांडो ट्रेनिंग केंद्रात केले जाते. त्यांच्या प्रशिक्षणात गिर्यारोहण, हेलिकॉप्टरमधून करायचा हल्ला, डोंगराळ भागातील युद्धकला, आधुनिक शस्त्रांचा

वापर, समोरासमोरची लढाई यांचा समावेश असतो. त्यांना हायअल्टिट्यूड वॉरफेअर स्कूल, तसेच काउंटरइन्सर्जन्सी व जंगल वॉरफेअर स्कूलमध्ये सुद्धा प्रशिक्षणाला पाठवतात. शत्रू बेसावध असतांना त्याच्यावर तुटून पडायचे ही त्यांची युद्ध शैली असते.

मरीन कमांडोज् मार्कोज हे नौदलाचे व **गरूड कमांडो** फोर्स हे वायुदलाचे कमांडोज् आहेत. मरीन्सना पाण्यात भरपूर युद्धसामग्रीनिशी उतरून लढाई करण्याचे प्रशिक्षण दिले जाते. गरूड कमांडोज् आपल्या एअर बेसचे संरक्षण, आपात्कालीन परिस्थितीत ग्रस्त नागरिकांना सुरक्षित जागी हलवणे व मदत पोहोचविणे अशी कामे करतात.

रासायनिक व जैव शस्त्रे

१९९२ साली भारताने आपल्याकडे कोणतीही रासायनिक शस्त्रे नाहीत आणि ती बनविण्याची क्षमतादेखील नाही असे सांगून रासायनिक शस्त्रांच्या करारावर सही केली व अशा करारावर सह्या करणारा आद्य स्वाक्षरीकर्ता देश बनला. आपल्याजवळच्या सर्व रासायनिक शस्त्रांचा नाश करून २००९ साली सीडब्ल्यूसी (केमिकल वेपन्स कन्व्हेन्शन) चे अनुपालन करणारा भारत हा दक्षिण कोरिया व अल्बनियाच्या पाठोपाठ तिसऱ्या क्रमांकाचा देश बनला. संयुक्त राष्ट्र संघाच्या निरीक्षकांद्वारे याची पडताळणीपण करण्यात आली आहे.

भारताने जैव शस्त्रे करारालाही आपली अनुसंमती दिली आहे आणि त्याचे पालन करण्याची हमी दिली आहे. भारताकडे जैव शस्त्रांचे उत्पादन करण्याची क्षमता व आधारभूत संरचना असली तरीही तसे न करण्याचा पर्याय स्वीकारून आपण आपली शांतीप्रिय भूमिका अधिक बळकट केली आहे.

अग्नी - ४ स्फोटक क्षेपणास्त्र

भारताकडे १९७४ वर्षापासून अण्वस्त्रक्षमता आहे. सर्वांत अलीकडची अण्वस्त्र चाचणी ११ मे १९९८ ला केली गेली. ऑपरेशन शक्ती (पोखरान ।।) या नावाच्या या चाचणीत एक फ्यूजन व तीन फिशन प्रकारच्या बाँबच्या चाचण्या केल्या होत्या. १३ मे १९८४ ला अजून दोन फिशन बाँबची चाचणी केली गेली. तथापि, भारताचे धोरण नेहमीच शांतीपूर्ण राहिलेले आहे. अण्वस्त्रांचा प्रथम प्रहार न करण्याचे परंतु दुसऱ्या प्रहारात मात्र शत्रूंना न परवडणारे नुकसान करण्याची भीती दाखवण्यापुरती अण्विक क्षमता विकसित करण्याचे धोरण भारत पहिल्यापासून पाळत आला आहे. भारताकडील अण्वस्त्रांची नावे पृथ्वी, अग्नी, शौर्य, सागरिकी, धनुश अशी आहेत. अग्नी-४ च्या क्षेपणाचा पल्ला पाच हजार किमी आहे. एमआयआररव्ही

भारतीय सेनेचे ९ पॅरा कमांडोज

म्हणजे मल्टिपल इंडिपेंडंटली टारगेटेबल रीएंट्री वॉरहेड्स्‌ने युक्त अशा सहा ते आठ हजार किमी पल्ल्याच्या क्षेपणास्त्रांचे विकसनकार्य चालू आहे. भारताच्या लढाऊ विमानांच्या ताफ्यात टुपोलेव्ह टीयू-१४२, सुखोई, डसॉल्ट, मिराज २०००, मिग-२९ आणि एचएएल तेजस अशी विमाने आहेत. यातील जेट लढाऊ विमानांमध्ये अण्वस्त्रक्षमतापण आहे.

भारताचे धोरण पहिला प्रहार न करण्याचे असल्याने, शत्रूने पहिला वार केला तर स्वत:चे रक्षण करण्यासाठी सज्ज राहणे फारच महत्त्वपूर्ण असते. त्यासाठी द्विस्तरीय अँटी बॅलिस्टिक मिसाईल डिफेन्स सिस्टीम तयार केली गेली आहे.

भारताच्या दूरगामी संरक्षण व्यूहरचनेत जमीन, सागर व आकाश यामध्ये अण्वस्त्रक्षमतेची पाच क्षेत्रे आहेत.

१. **धनुष** जहाजावर व गतिशील.
२. **सागरिका** पाणबुडीत गतिशील.
३. जमिनीखालील **सायलोज्‌** स्थिर
४. **अग्नी** जमिनीवर गतिशील.
५. **मिराज** २००० व जॅग्वार विमाने हवेतील व गतिशील.

संशोधन आणि विकास

डीआरडीओ ही भारत सरकारची लष्करी क्षेत्रातील संशोधन व विकासाचे कार्य पाहण्यास जबाबदार संस्था आहे. हिची स्थापना १९५८ मध्ये झाली असून हिच्या अंतर्गत ५२ प्रयोगशाळा आहेत. या प्रयोगशाळांमध्ये ५००० वैज्ञानिक व २५००० अन्य कर्मचारी इलेक्ट्रॉनिक्स आणि संगणक, युद्धोपयोगी सामग्री, हत्यारे वगैरे विविध क्षेत्रात संशोधन व विकासाचे काम करीत असतात. डीआरडीओमार्फत या कामासाठी १.६ अब्ज अमेरिकन डॉलर्स खर्च करण्याची तजवीज अर्थसंकल्पात केलेली आहे.

इलेक्ट्रॉनिक युद्ध आणि लष्करी जडसामग्री

डीआरडीओचा उड्डायनशास्त्रातील कार्यक्रम ही एक यशोगाथा म्हणता येईल. त्यांनी बनवलेल्या किंवा विकसित केलेल्या मिशन संगणक, रडार वॉर्निंग रिसीव्हर्स, अतिशय अचूकपणे दिशा शोधणारे पॉड्स, सिंथेटिक, ॲपर्चर रडार, ॲक्टिव्ह पेज्ड् ॲरे रडार, हवेत उडणारे जॅमर्स व हवाई उपकरणे यांचा वायुदलातील विमाने व उपग्रहांमध्ये विस्तृतपणे वापर केला जात आहे. डीआरडीओच्या प्रयोगशाळांनी वायुदलासाठी इलेक्ट्रॉनिक वॉरफेअर सिस्टीम आणि नौदलासाठी सोनार सिस्टीम विकसित केली आहे, ज्यांची कामगिरी अत्यंत उच्च दर्जाची आहे. जडसामग्रीविषयी सांगायचे तर अर्जुन रणगाडा हे डीआरडीओचे अतिशय महत्वाचे योगदान आहे. सध्या अभय नावाचे इन्फंट्री कॉंबॅट वाहन विकसित करण्याचे कार्य चालू आहे. डी-७२ रणगाड्याची श्रेणीवाढ व त्याची फायर कंट्रोल सिस्टीम सुधारणे, तसेच विजयंत रणगाड्याला संगणाकाद्वारे फायर कंट्रोल करण्याची सोय पुरवून त्याची श्रेणीवाढ ही कामे डीआरडीओच्या टीमने केली आहेत.

इंडियन स्मॉल आर्म्स् सिस्टीम (इनसास)मध्ये ॲसॉल्ट रायफल, लाइट मशीनगन आणि कार्बाईन यांचा समावेश होतो. डीआरडीओच्या एआरडीई येथील कार्यशाळेने ही सर्व शस्त्रे विकसित केली आहेत. येथेच ४४ सेकंदात १२ उच्च विस्फोटक रॉकेट्स सोडून ३९-४० किमी लांबीचा पल्ल्यावर असलेल्या ३.९ वर्ग किमी लक्ष्याची धूळदाण उडवण्याची क्षमता असलेले पिनाका मल्टीबॅरल रॉकेट लॉंचर विकसित केले गेले आहे. या प्रकल्पात प्रथमच लष्कर व खाजगी क्षेत्र यांनी एकत्रपणे काम केले होते.

क्षेपणास्त्र विकसन कार्यक्रम

डीआरडीओने इंटिग्रेटेड गायडेड मिसाइल डेव्हलमेंट प्रोग्रामच्या (आयजीएमडीपी) अंतर्गत तीनही संरक्षक सेवा दलांसाठी क्षेपणास्त्रांच्या सिस्टीम्स

स्थानिक स्तरावर डिझाईन करून निर्माणही केल्या आहेत. यातील अग्नी व पृथ्वी क्षेपणास्त्रे ही विशेष उल्लेखनीय आहेत. त्याशिवाय डीआरडीओरने आकाश (भूमीवरून आकाशात वेध घेणारे) व नाग (रणगाड्याचा वेध घेणारे) ही क्षेपणास्त्रे यशस्वीपणे बनविली आहेत. डीआरडीओचे अजून एक यशस्वी क्षेपणास्त्र म्हणजे अस्त्र बियाँड व्हिज्युअल रेंज (बीव्हीआर) ज्याच्या हवेतून हवेत लक्ष्यवेध करण्याच्या क्षमतेमुळे वायुदलाच्या विमानांची हवेतील वरिष्ठता वाढली आहे. हल्लीच ब्राह्मोस या रशियन एनपीओबरोबरच्या संयुक्त कार्यक्रमांतर्गत एक ध्वनीच्या वेगाहून अधिक वेगाचे क्रूझ मिसाईल बनविण्याचे काम चालू आहे. यातील बहुतेक तांत्रिक बाबी डीआरडीओने संभाळल्या आहेत व त्यांचे भारतीयीकरण केले आहे. अमेरिकेच्या पेंटागॉन या संस्थेने आपल्या संरक्षण मंत्रालयाला जॅव्हेलियन नावाचे अत्याधुनिक अँटीटँक मिसाईल संयुक्तपणे विकसित करण्याचा प्रस्ताव दिला आहे.

मानवविरहित आकाशयान कार्यक्रम

डीआरडीओने विविध मानवविरहित आकाशयाने यशस्वीपणे बनविली आहेत. निशांत हे लघुपल्ल्याचे यान आहे तर लक्ष्य हे विमानचालक नसलेले लक्ष्यभेदी

डीआरडीओने विकसित केलेल्या शस्त्रशोधक रडारचे लघुरूप

विमान आहे. त्यांच्या तोफखान्याच्या प्रशिक्षणात लक्ष्य विमानाला सहभागी करण्याची तीनही दलांची मागणी आहे. डिजिटल फ्लाईट कंट्रोल सिस्टीम व अधिक चांगले टर्बोजेट इंजिन अशा सुधारणा करून या विमानांचा अधिक विकास करण्याचे डीआरडीओचे प्रयत्न चालू आहेत. त्यासोबत हाय अल्टिट्यूड लाँग एन्ड्युरन्स व मिडीयम अल्टिट्यूड लाँग एन्ड्यूरन्स अशा दोन प्रकारांची विमाने डीआरडीओद्वारा बनविण्याची योजना आकारास येत आहे. त्यातील एमएएलई विमानाचे नाव रुस्तम असेल व त्यातून विविध प्रकारची उपकरणे वाहून नेली जातील. त्याची उतरण्याची व उड्डाण करण्याची क्षमता पारंपारिक असेल. एचएएलई विमानांमध्ये सॅटकॉम लिंक्सची व्यवस्था असेल व त्यांच्यावर दृष्टीरेखेच्या पलीकडेसुद्धा ताबा राखता येईल. मानवविरहित कॉंबॅट एरियल व्हेईकल आणि मानवविरहित सशस्त्र विमान ऑरा (एयूआरए) बनविणे या भविष्यातील योजना आहेत.

भविष्याकडे दृष्टी ठेवून आखलेले कार्यक्रम

पुढील पंधरा वर्षांमध्ये डीआरडीओच्या कार्यक्षेत्रात डायरेक्टेड एनर्जी वेपन्स (डीईडब्ल्यू) हा केंद्रबिंदू असणार आहे. त्याशिवाय अंतराळ सुरक्षा, सायबर-सिक्युरिटी आणि हायपरसॉनिक वाहने/प्रेक्षपणास्त्रे या गोष्टींवरही लक्ष केंद्रित केले जाईल. संरक्षण मंत्रालयाने २०१० मध्ये एक भविष्यदर्शी मसुदा मांडला होता ज्यात

डीआरडीओने निर्माण केलेले एटीजीएम नाग क्षेपणास्त्र

डीआरडीओच्या व्यवस्थापनांतर्गत एएसएटी शस्त्रे विकसित करण्याच्या दूरगामी योजनेची चर्चा केली आहे. पृथ्वीच्या पृष्ठभागापासून २००० किमीहून अधिक उंचीवरच्या आणि त्याहून पलीकडच्या जीओसिंक्रोनस कक्षेतल्या उपग्रहांचा इलेक्ट्रॉनिक किंवा खरोखरचा विनाश करण्याची क्षमता या अँटीसॅटेलाईट क्षेपाणास्त्रात असते.

क्षेपणास्त्र संरक्षण कार्यक्रम

भारताचे स्फोटक क्षेपणास्त्रांच्या हल्ल्यापासून रक्षण करण्यासाठी इंडियन बॅलिस्टिक मिसाईल डिफेन्स प्रोग्रामची आखणी केलेली आहे. यात बचावाच्या दोन फळ्या आहेत. शत्रूच्या क्षेपणास्त्राचा छेद घेणारी पृथ्वी एअर डिफेन्स (पीएडी) ही अधिक उंचीवरची पहिली फळी व अॅडव्हान्स्ड् एअर डिफेन्स (एएडी) ही कमी उंचीवरची दुसरी फळी अशी एकंदर योजना आहे. नोव्हेंबर २००६ पीएडीची व डिसेंबर २००७ मध्ये एएडीची यशस्वी चाचणी केल्यावर २६ जुलै २०१० ला ओडिस्साच्या समुद्रकिनाऱ्याजवळील व्हीलर बेटांवर असलेल्या इंटिग्रेटेड टेस्ट रेंज वरून एएडीचे यशस्वीरित्या प्रक्षेपण केले गेले. या कार्यक्रमांतर्गत दिल्ली व मुंबईवरील हल्ले परस्पर निष्प्रभ करण्याची क्षमता सिद्ध झाली आहे व पुढील टप्प्यांमध्ये अन्य शहरांचा तसेच लष्करीदृष्ट्या महत्त्वाच्या स्थानांचा समावेश केला जाईल. या प्रगतीद्वारे भारताचे नाव शत्रूच्या क्षेपणास्त्रांना निष्प्रभ करू शकणाऱ्या देशांच्या यादीत आले आहे. अमेरिका, रशिया, इंग्लंड, फ्रान्स, चीन, इस्राएल, जपान व तैवान या अन्य राष्ट्रांकडे अशी क्षमता आहे.

नुकत्याच (५ जानेवारी २०१४) झालेल्या जीएएलव्ही (जीओस्टेशनरी लाँच व्हेइकल) रॉकेटच्या यशस्वी उड्डाणाबरोबर भारत आता एक क्रायोजेनिक रॉकेट क्षमता असलेला देश झाला आहे. भूस्थिर म्हणजे पृथ्वी स्वत:भोवती फिरत असली तरीही हा उपग्रह पृथ्वीच्या संदर्भात आकाशामध्ये एकाच ठिकाणी दिसत राहील अशा गतीने त्याचे भ्रमण व कक्षा निश्चित केलेले असते. १९९२ मध्ये अमेरिकेच्या दबावाखाली रशियाने आपल्याला क्रायोजेनिक तंत्रज्ञान देण्याचे नाकारल्यावर इस्त्रोने स्वत:च्या जोरावर हे इंजिन बनविण्याचे आव्हान स्वीकारले. या लाँच व्हेइकलच्या सहाय्याने भारतीय यान चंद्रावर उतरवणारी चांद्रयान-२ ही मोहीम आता मार्गी लागणार आहे. यामुळे आता दोन टनापेक्षा अधिक वजनाचा उपग्रह भारत अवकाशात सोडू शकेल आणि इतर देशांना भाड्यापोटी द्यावा लागणाऱ्या कोट्यावधी रुपयांची बचत होणार आहे.

लष्करी गुप्तचर विभाग

डीआयए म्हणजे डिफेन्स इंटेलिजन्स एजन्सी ही संस्था भारतीय लष्कराच्या

अॅडव्हान्सर एअर डिफेन्स (एएडी) क्षेपणास्त्राचे उड्डाण

गुप्तवार्ता पुरविणे व त्यांचा समन्वय साधणे या कामासाठी नियुक्त केलेली आहे. संरक्षण मंत्रालयाच्या अंतर्गत मार्च २००२ मध्ये स्थापन झालेल्या या संस्थेच्या प्रमुख पदावर एक डायरेक्टर जनरल दर्जाचा अधिकारी असतो, जो संरक्षण मंत्रालय व चीफ ऑफ डिफेन्स स्टाफ यांचा मुख्य सल्लागारही असतो इंटेलिजन्स ब्यूरो (आयबी) व रीसर्च अँड अॅनॅलिसिस विंग (आरएडब्ल्यू) यांच्या मार्फत आपल्या देशासाठी बहुतेक सर्व उघड व गुप्त प्रकारची हेरगिरीची कामे करविली जातात. भूदल, नौदल व वायुदलाचे स्वत:चे गुप्तचर संचालन विभाग असतात

परंतु त्यांचे कार्य आयबी व रॉ यांच्या तुलनेत मर्यादित असते. या दोन्ही संस्थांमध्ये बव्हंशी नागरी कर्मचारी वर्ग काम करतो. गुप्तचर विभागाच्या काही प्रकारच्या कार्यात लष्करातील अधिकारी या एजन्सींची विशिष्ट काळासाठी मदत करण्यासाठी नेमले जातात. तिन्ही दलांची एकत्रित गुप्तचर संस्था असावी अशी गरज कारगिल युद्धाच्या वेळी अधोरेखित झाली व त्यानुसार डीआयएची स्थापना केली गेली. दहशतवादाबरोबरील लढ्यात गुप्त माहिती गोळा करण्याच्या बाबतीत द्विपक्षीय सहकार्य करण्याच्या दृष्टीने अमेरिकन लष्कराने या एजन्सींची निर्मिती करण्यात मोलाचा सल्ला व सहाय्य दिले होते. लष्कराच्या दोन महत्त्वाच्या एजन्सीज् डीआयएच्या नियंत्रणाखाली काम करतात. त्यातील पहिली म्हणजे डिरेक्टोरेट ऑफ सिग्नल इंटेलिजन्स आणि दुसरी म्हणजे डिफेन्स इमेज प्रोसेगिं अँड अॅनॅलिसिस सेंटर. सिग्नल डिरेक्टोरेटचे काम शत्रूचे संदेश परस्पर पकडणे व त्यातील सांकेतिक भाषेचा अर्थ लावणे हे असते. डीआयपीएसीचे काम सॅटेलाईटद्वारा प्रतिमा मिळवून शत्रूच्या हालचालींवर लक्ष ठेवण्याचे असते. डीआयएचा अजून एक महत्त्वपूर्ण विभाग

म्हणजे डिफेन्स इन्फॉर्मेशन वॉरफेअर एजन्सी. या विभागाचे काम मानसशास्त्रीय दबावतंत्राचा वापर, सायबर युद्ध, इलेक्ट्रॉनिक इंटरसेप्ट्स् व ध्वनलहरींचे संनियंत्रण करणे असे असते.

संयुक्त राष्ट्र शांतीसेना

संयुक्त राष्ट्रांच्या शांतीसेनेत भारतीय सैन्याचा सहभाग सर्वाधिक आहे. आतापर्यंत ४३ शांती मोहिमांत भारतीय सैन्याने एकंदर एक लाख साठ हजारहून अधिक सैनिक पुरवले आहेत. त्याशिवाय लष्करी सल्लागार, पोलिस सल्लागार, आयुक्त, कमांडर अशा उच्च पदावरील अधिकाऱ्यांनीदेखील संयुक्त राष्ट्रांच्या मोहिमांमध्ये सहकार्य केले आहे. लायबेरिया, श्रीलंका, मालदीव, कांगो, द. सुदान, हैति, सायप्रस, लेबॅनॉन अशा अनेक देशांत आपले सैनिक आणि अधिकारी शांती प्रस्थापित करण्याचे काम करीत आहेत. यात पुरुष व स्त्रिया अशा दोन्ही प्रकारच्या सैनिकांना समावेश आहे.

चांचेगिरीविरोधी मोहीम

ईडनच्या आखातातील चाचेगिरीवर नियंत्रण आणण्यासाठी भारतीय नौदलाने आयएनएस म्हैसूर ही बोट तेथे पहाऱ्यासाठी तैनात केली आहे. सोमालियाच्या सरकारने अमेरिका व फ्रान्स यांच्याबरोबर भारतीय नौदलालासुद्धा त्यांच्या सागरी सीमेच्या आत प्रवेश करून चाच्यांचा बीमोड करण्याची परवानगी दिली आहे. नोव्हेंबर २००८ मध्ये भारतीय नौदलाने एक संशयित सोमाली चाच्यांच्या नौकेला जलसमाधी देण्यात यश मिळवले होते. ९ जून २०१० रोजी भारतीय मरीन कमांडोजच्या एका विशेष तुकडीने एम व्ही जगअर्णव या नौकेवर प्रवेश मिळवून त्यावरील सात सोमाली व एका येमेनी चाच्यांना काबूत आणले व त्यांच्या ताब्यातून नौका सोडविली होती. या भागात बाराशेहून अधिक नौकांना संरक्षणासाठी सोबत करून आपल्या नौदलाने मार्गस्थ केले आहे.

मदतकार्य

नैसर्गिक प्रकोप किंवा अन्य आपत्कालात लागणाऱ्या मदतकार्यात भारतीय वायू दलाने नेहमीच बहुमोल कामगिरी बजावली आहे. जगभरात कोठेही अन्न व वैद्यकीय मदत पोहोचविण्यासाठी इल्युशियन ।।-७६ हे मालवाहू विमान उपयोगात आणले जाते. आत्ताआत्ताच किरगिझस्तानमध्ये मोठ्या प्रमाणावर मदत कार्य हाती घेतले होते. त्या आधी २०१० मध्ये लडाखमधील पुरात दोन इल्युशियन ।।-७६ आणि चार अँटोनॉव्ह-३२ मालवाहू विमानांनी ३० टन वजनाची मदत सामग्री वाहून नेली होती. यात १२५ बचाव कर्मचारी, औषधे, विद्युत जनित्रे, तंबू, छोटी,

वाहून न्यायला सोपी एक्स-रे मशीन्स् आणि आपात्कालिन बचाव सामग्रीचे संच होते. एक एमआय-१७ व एक चीता हेलिकॉप्टरपण बचावकार्य अधिक प्रभावी करण्यासाठी वापरले होते. २०१३ च्या उत्तराखंडातील महापुरात भूदलाने १०,००० जवान आणि ११ हेलिकॉप्टर्स्, नौदलाने ४५ पाणबुडे आणि वायुदलाने ३६ हेलिकॉप्टर्ससहित ४३ विमाने बचावकार्यासाठी तैनात केली होती. १७ ते ३० जूनच्या कालखंडात वायुदलाने १८, ४२४ माणसांना सुरक्षित ठिकाणी हलविले, एकंदर २१३७ उड्डाणे भरली व ३३७ टन एवढी सामग्री व उपकरणांची वाहतूक केली किंवा मदतीसाठी खाली टाकली / उतरवली.

भारतीय वायू दलाने केलेली ग्रहणाच्या अभ्यासातील मदत

भारतीय शास्त्रज्ञांनी २३ जुलै २०१० रोजी झालेल्या खग्रास सूर्यग्रहणाचा जवळून अभ्यास करण्यात मदत करण्यासाठी भारतीय वायू दलाने विशेष हवाई उड्डाणे हाती घेतली होती. एका एएन-३२ परिवहन विमानाने आग्ग्राहून उड्डाण केले. या विमानात वैज्ञानिक, कॅमेरे व अन्य शास्त्रीय उपकरणे होती व तीन तास ते चंद्राच्या सावलीचा मागोवा घेत आकाशात उडत होते. दुसरे विमान, मिराज-२०००, ग्वाल्हेरहून उडाले व ४०,००० उंचीवरून त्याने या दुर्मिळ खगोलीय घडामोडीची नेत्रदीपक छायाचित्रे घेतली. सुदैवाने हवामान अनुकूल राहिले व वायुदलाच्या विमानचालकांनी दोन्ही विमाने योजलेल्या सहनिर्देशांप्रमाणे उडविल्यामुळे या मोहिमेला भरघोस यश प्राप्त झाले.

साहसी मोहिमा

भारतीय नौदलातर्फे वेळोवेळी मोहिमा काढल्या जात असतात. आयएनएस तरंगिनी या शीड नौकेने २३ जानेवारी २००३ रोजी जगप्रदक्षिणेला सुरुवात केली. १८ देशांतील ३६ बंदरांना भेट देऊन व त्या देशांशी मैत्रीसंबंध प्रस्थापित करून ती २००४ च्या मे महिन्यात परतली. लेफ्टनंट कमांडर एम. एस. कोहली यांनी १९६५ मध्ये एव्हरेस्ट शिखरवर यशस्वी पाऊल टाकले तर नौदलाच्या अजून एका गटाने एव्हरेस्टवर उत्तरेकडून चढाई केली. उत्तर ध्रुवावरील आर्क्टिक मोहिमेत ११ सदस्यांच्या संघाने २००६ मध्ये भाग घेतला होता. अंटार्टिकावर भारतीय नौदलाने आपले निशाण १९८१ साली फडकवले. नौदलाच्या २००६ सालच्या दक्षिण ध्रुव मिशन मध्ये स्केटिंग करत दक्षिण ध्रुवापर्यंत जाण्याचा विक्रम आपल्या नौदलाच्या जवानांनी केला. भौगोलिक दक्षिण ध्रुवावर अशा रीतीने जाणारा तो जगातील पहिल्याच लष्करी संघ होता.

★★★

७. खेळाच्या मैदानावरील भारत

भारताने अनेक वेळा विविध आंतराष्ट्रीय स्पर्धांचे यजमानपद (किंवा संयुक्त-यजमानपद) भूषविले आहे. १९५१ ते १९८२ चे आशियाई खेळ, १९८७ व १९९६ आणि २०११ चा क्रिकेट विश्व करंडक, २००३ चे -फ्रो -आशियाई खेळ, १९८२ आणि २०१० ची राष्ट्रकूल क्रीडा स्पर्धा. भारतात पुढील प्रमुख आंतराष्ट्रीय स्पर्धा दरवर्षी भरविल्या जातात. चैन्नई ओपन टेनिस स्पर्धा, दिल्ली अर्ध -मॅरेथॉन आणि इंडियन मास्टर्स. मोटर कार रेसिंगची पहिली इंडियन ग्राँ प्री भारतात २०११ साली झाली.

क्रीडा क्षेत्रात भारताने नाव कमावलेले खेळांचे प्रकार फारच थोडे आहेत. त्यात प्रमुख हॉकी, बुद्धीबळ, क्रिकेट, बॅटमिंटन, टेनिस, कुस्ती, भारोत्तोलन मुष्टीयुद्ध आणि नेमबाजी या खेळात आपल्या देशाला मिळालेल्या पदकांची यादी आधीच दिलेल्या कोष्टकात पहायला मिळेल.

त्यापैकी हॉकीमध्ये सध्या म्हणजे गेल्या पंचवीस-तीस वर्षात आपली कामगिरी फारशी उल्लेखनीय नाही. तथापि पूर्वी ऑलिम्पिक स्पर्धांमध्ये आठवेळा सुवर्णपदक, एकदा रजतपदक व दोनदा कांस्यपदक मिळालेले आहे. क्रिकेटमध्ये भारताला १९८३ साली इंग्लंडमध्ये व २०११ साली भारतातच विश्वचषक मिळाला. तसेच वीस षटकांच्या क्रिकेट स्पर्धेत २००७ साली दक्षिण अफ्रिकेत वर्ल्ड ट्वेंटी-ट्वेटी चषक मिळाला. आयसीसी चॉंपियन्स ट्रॉफी मध्ये आपल्याला २००२ साली श्रीलंकेबरोबर विभागून व २०१३ साली विजेतेपद मिळाले होते. आपला संघ कसोटी सामन्यांच्या व एकदिवसीय सामन्यांच्या विश्व क्रमवारीत काही काळ प्रथम स्थानी होता. भारतात हा खेळ लोकप्रियतेच्या शिखरावर आहे व काही क्रिकेटपटूंना अवतार मानण्यापर्यंत चाहत्यांची मजल गेलेली आहे. नुकतेच सचिन तेंडूलकर या क्रिकेटपटूला भारतरत्न सन्मानाने गौरविले गेले आहे.

विजय अमृतराज, लिएंडर पेस, महेश भूपती व सानिया मिर्झा यांनी या खेळात भारताला यश प्राप्त करून दिले आहे.

विश्वनाथ आनंद याने बुद्धीबळात बरीच वर्षे विश्वविजेतेपद भूषविले आहे व त्याच्यामुळे हा खेळ भारतात पुन: लोकप्रिय झाला आहे.

बॅटमिंटन या खेळात प्रकाश पाडुकोन व पी. गोपीचंद अनुक्रमे १९८० व २००१ साली ऑल इंग्लंड चॅंपियनशिपच्या विजेतेपदाचे मानकरी झाले होते. सायना नेहवालने २०१२ च्या लंडन ऑलिम्पिक्स मध्ये कांस्य पदक मिळवले होते.

★★★

ऑलिम्पिक पदक विजेते भारतीय संघ व खेळाडू

पदक	नाव	ऑलिम्पिक स्पर्धा	खेळ	खेळाचे वर्णन
रजत	नॉर्मन प्रिचर्ड*	१९०० पॅरिस	ॲथलेटिक्स	पुरुषांची २००
		१९२८ मस्टरडॅम	हॉकी	---
		१९३२ लॉस एंजलीस	हॉकी	---
सुवर्ण	राष्ट्रीय संघ	१९३६ बर्लिन	हॉकी	---
		१९४८ लंडन	हॉकी	---
कांस्य	खाशाबा दादासाहेब	१९५२ हेलसिंकी	कुस्ती	पुरुषांची फ्री स्टाईलबँटमवेट
सुवर्ण		१९५६ मेलबोर्न	हॉकी	---
रजत		१९६० रोम	हॉकी	---
सुवर्ण		१९६४ टोकियो	हॉकी	पुरुषांची स्पर्धा
कांस्य	राष्ट्रीय संघ	१९६८ मेक्सिको	हॉकी	---
		१९७२ म्युनिक	हॉकी	---
सुवर्ण		१९८० मॉस्को	हॉकी	पुरुषांची स्पर्धा
	लिएंडर पेस	१९९६ ॲटलांटा	टेनिस	पुरुषांचा एकेरी
कांस्य	मल्लेश्वरी	२००० सिडनी	भारोत्तोलन	महिलाची ६९ किलो वर्ग

पदक	नाव	ऑलिम्पिक स्पर्धा	खेळ	खेळाचे वर्णन
	रजत	राज्यवर्धनसिंग	२००४ अथेन्स	नेमबाजी पुरुषांची डबल ट्रॅप
सुवर्ण	अभिनव बिंद्रा		नेमबाजी	पुरुषांची १०मी एअर रायफल
	सुशीलकुमार	२००८ बीजिंग	कुस्ती	पुरुषांची ६६ किलो वर्ग फ्रीस्टाईल
कांस्य	विजेंदरसिंग		मुष्टीयुद्ध	पुरुषांची ७५ किलो वर्ग
	गगननारंग		नेमबाजी	पुरुषांची १० मी एअर रायफल
रजत	विजयकुमार			पुरुषांची २५ मी रॅपिड फायर पिस्टल
	सायना नेहवाल	२०१२ लंडन	बॅडमिंटन	महिलांची एकेरी
कांस्य	मेरी कोम		मुष्टीयुद्ध	मुष्टीयुद्ध महिलांची फ्लाय बेट (५१ किलो वर्ग)
	योगेश्वर दत्त		कुस्ती	कुस्ती पुरुषांची फ्रीस्टाईल ६०किलो वर्ग
				कुस्ती पुरुषांची फ्रीस्टाईल ६६ किलो वर्ग